உயிர்பெறும் புனைவுச் சித்திரங்கள்

உயிர்பெறும் புனைவுச் சித்திரங்கள்

அரவிந்தன் (பி. 1964)

இதழாளர், எழுத்தாளர், மொழிபெயர்ப்பாளர்.

இதழியல் துறையில் 32 ஆண்டுக் கால அனுபவம் கொண்டவர். *இந்தியா டுடே, காலச்சுவடு, சென்னை நம்ம சென்னை, நம் தோழி, தி இந்து தமிழ், டைம்ஸ் ஆஃப் இந்தியா* ஆகிய இதழ்களில் பணியாற்றியுள்ளார். தற்போது காலச்சுவடு பதிப்பகத்தின் பதிப்பாசிரியராகப் பணியாற்றி வருகிறார்.

இலக்கியம், தத்துவம், பெண் உரிமை, அரசியல், மொழி, திரைப்படம், கிரிக்கெட் ஆகியவை குறித்த கட்டுரைகளை எழுதிவருகிறார்.

சிறுகதைகள், நாவல், இலக்கிய விமர்சனக் கட்டுரைகள், அரசியல் விமர்சனம், மொழிபெயர்ப்பு, மகாபாரதச் சுருக்கம், திரைப்படம், கிரிக்கெட் குறித்த கட்டுரைகள் என இதுவரை 24 நூல்கள் வெளியாகியுள்ளன.

பால சரஸ்வதி மொழியாக்க நூலுக்கு 'கனடா இலக்கியத் தோட்டம்' வழங்கும் சிறந்த மொழிபெயர்ப்பு நூலுக்கான விருதைப் (2017) பெற்றிருக்கிறார்.

அரவிந்தன்

உயிர்பெறும் புனைவுச் சித்திரங்கள்

படைப்பு, மொழி குறித்த பார்வைகள்

காலச்சுவடு பதிப்பகம்

அன்பார்ந்த வாசகருக்கு,

வணக்கம்.

காலச்சுவடு நூலை வாங்கியமைக்கு நன்றி.

நூலின் உள்ளடக்கம், உருவாக்கம், அட்டைப்படம் இன்ன பிற அம்சங்கள் பற்றிய உங்கள் கருத்துகளையும் ஆலோசனைகளையும் காலச்சுவடு வரவேற்கிறது. தகவல், எழுத்து, வாக்கியப் பிழைகள் தென்பட்டால் கட்டாயம் தெரிவித்து உதவுங்கள். நூல் தயாரிப்பில் கடும் குறைபாடு இருப்பின் மாற்றுப் பிரதி உங்களுக்குக் கிடைக்கக் காலச்சுவடு ஏற்பாடு செய்யும்.

மின்னஞ்சல்: **publisher@kalachuvadu.com**

காலச்சுவடு நாகர்கோவில் தலைமையகத்துக்கும் கடிதம் அனுப்பலாம்.

தங்கள்
எஸ்.ஆர். சுந்தரம் (கண்ணன்)
பதிப்பாளர் – நிர்வாக இயக்குநர்

உயிர்பெறும் புனைவுச் சித்திரங்கள் • கட்டுரைகள் • ஆசிரியர்: அரவிந்தன் • © D.I. அரவிந்தன் • முதல் பதிப்பு : டிசம்பர் 2022 • வெளியீடு: காலச்சுவடு பப்ளிகேஷன்ஸ் (பி) லிட்., 669 கே.பி. சாலை, நாகர்கோவில் 629001

காலச்சுவடு வெளியீடு: 1175

uyirpeRum punaivuc cittirankaL • Articles • Author: Aravindan • © D.I. Aravindan • Language: Tamil • First Edition: Deceember 2022 • Size: Demy 1 x 8 • Paper: 18.6 kg maplitho • Pages: 96

Published by Kalachuvadu Publications Pvt.Ltd., 669, K.P. Road, Nagercoil 629001, India • Phone: 91-4652-278525 • e-mail: publications @kalachuvadu.com • Printed at Adyar Students xerox Pvt. Ltd., No. 275 Habibullah Road, Triplicane high Road, Opp Triplicane Post Office, Triplicane, Chennai 600005

ISBN: 978-81-960589-6-8

12/2022/S.No.1175, kcp 3959, 18.6 (1) ass

நன்றி

தி இந்து தமிழ்
மின்னம்பலம்
காலச்சுவடு
சமயம் தமிழ்

பொருளடக்கம்

I. படைப்பு (இலக்கியம், கலை)

1. படைப்பின் சாவி யாரிடம் உள்ளது? — 13
2. உலகை நம் வசமாக்கும் வாசிப்பு — 16
3. உலகு தழுவும் புனைவுச் சிறகுகள் — 20
4. உயிர்பெறும் புனைவுச் சித்திரங்கள் — 25
5. மேடை நிகழ்த்தும் மாயம் — 39
6. ஆனந்த் எதிர்கொண்டுள்ள சவால் — 46
7. ஒதுக்கப்பட்ட விளிம்பு நிலைக் குழந்தைகளும் நூல்களும் — 50

II. மொழி

8. அச்சம் தவிர் — 59
9. சொல்லக் 'கூடாத' சில வார்த்தைகள் — 63
10. மொழியைத் துரு ஏறச்செய்யும் பொன்னாடை! — 68
11. பேடிகளும் குண்டர்களும் என்ன பாவம் செய்தார்கள்? — 72
12. சொல்லும் பொருளும் கொஞ்சம் சுரணையும்! — 77
13. சென்னைத் தமிழின் கெத்து — 84

படைப்பு
(இலக்கியம், கலை)

படைப்பின் சாவி யாரிடம் உள்ளது?

வாசிப்பு நமக்கு எதைத் தருகிறது? நாம் ஏன் வாசிக்க வேண்டும்? வாசிப்பு எதைத் தருகிறது?

இந்தக் கேள்விக்கான விடையைப் படைப்பு எதைத் தருகிறது என்பதிலிருந்து அணுகலாம். படைப்பு என்பது புதிதாக ஒன்றை உருவாக்குதல். போலிசெய்தல் அல்ல. படைப்பூக்கம் கொண்ட ஒரு நபர் தன் அனுபவங்களையும் பார்வையையும் தனக்கே உரிய கோணத்தில் வெளிப்படுத்துவதைப் படைப்பு என்று சொல்லலாம்.

படைப்பூக்கம் கொண்ட எழுத்து வாசிக்கப்படும்போது அது தரும் பொருள் பல்கிப் பெருகுகிறது. கற்பனைக்கும் எட்டாத வகையில் விரிவு கொள்கிறது. ஒரு பிரதி பல பிரதிகளாக மாறுகிறது. படைப்பில் ஒரு உரையாடல், படைப்பில் வரும் ஒரு நிகழ்வு, ஒரு தருணம், சிந்தனைத் தெறிப்பு ஆகியவை ஒவ்வொருவருக்கு ஒவ்வொரு பொருளைத் தரக்கூடியவையாக உள்ளன. ஒரே நபருக்கு வெவ்வேறு தருணங்களில் வெவ்வேறு பொருள்களையும் தருகின்றன.

படைப்பு என்பது தட்டையான செயல்பாடு அல்ல என்பதைப் போலவே வாசிப்பும் தட்டையான செயல்பாடு அல்ல. படைப்பைப் போலவே அது பன்முகப் பரிமாணங்கள் கொண்டது. ஒரே வாசகர் ஒரு படைப்பில் உணரும் ஒரு அம்சத்தை, பெறும் தரிசனத்தை இன்னொரு வாசகர் உணரவோ

பெறவோ வேண்டிய அவசியம் இல்லை. ஒரே விதமான தரிசனத்தை இருவர் பெறுவதும் சாத்தியம் இல்லை. பல வித வாசிப்புகள், பல விதமான தரிசனங்கள்.

ஒரு கதை ஒவ்வொருவருக்கும் ஒவ்வொரு விதமாகப் பொருள் தரும் என்றால் அந்தக் கதையை ஒரு கதை என்று எப்படிச் சொல்ல முடியும்? எழுதப்பட்ட கதை அல்லது கட்டுரை ஒன்றுதான் என்றாலும் வாசிக்கப்படும் கதை ஒன்று அல்ல. ஏனென்றால் அந்தக் கதை உள்வாங்கப்படும் விதம் ஒரே விதமானதல்ல. ஒரு கதை பல கதைகளாகப் பெருகுகிறது. சொல்லப்போனால் ஒவ்வொரு வாசிப்புக்கும் ஒவ்வொரு கதை.

ஆக ஒரு கதை எண்ணற்ற கதைகளாக விரிந்துகொண்டே போகிறது. முடிவற்ற இந்த வளர்ச்சியைச் சாத்தியப்படுத்துவது வாசிப்பு. வாசிப்பு பெருகப் பெருகக் கதைகளும் பிரதிகளும் பெருகிக்கொண்டே இருக்கின்றன.

இப்படிப் பார்க்கும்போது வாசிப்பின், வாசகரின் முக்கியத்துவத்தைப் புரிந்துகொள்ள முடியும். படைப்பு வாசிப்பின் எண்ணிக்கைக்கும் வாசிப்பவரின் ஆளுமைக்கும் ஏற்ப விரிந்துகொண்டே போவதால் படைப்புக்கு உயிர் கொடுப்பதே வாசிப்பு என்று சொல்லிவிடலாம்.

படைப்பு ஏற்படுத்தும் தாக்கங்கள் அளப்பரியவை. அரிச்சந்திரன் கதை காந்திக்குக் கொடுக்கும் பொருள் அவர் வாழ்க்கைப் பார்வையையே மாற்றியது. ஷேக்ஸ்பியரின் ஆண்டனி ஆற்றும் உரை ஒரு தருணத்தின் மாயத் தன்மையை உணர வைத்து ஒவ்வொருவரது பின்புலத்துக்கும் ஏற்பப் பலவாறாக உருக்கொள்கிறது. நான்கு தம்பிகளில் யார் உயிர்பிழைக்க வேண்டும் என விரும்புகிறாய் என்னும் யட்சனின் கேள்விக்குத் தருமன் சொன்ன பதில் சமநீதியின் நிரந்தரச் செய்தியாக மனித ஆன்மாவில் தங்கியிருக்கிறது. குருதட்சிணையாகக் கட்டை விரலைக் கேட்ட துரோணரின் குரல் சமத்துவ மறுப்பின் சாட்சியாகத் தங்கியிருக்கிறது.

காஃப்காவின் கே எதிர்கொள்ளும் நெருக்கடிகள் அவற்றின் பின்புலங்களைத் தாண்டி, உலகம் முழுவதிலும் நுண்ணுணர்வு கொண்ட ஒவ்வொருவரும் எதிர்கொள்ளும் நெருக்கடிகளாகத் தோற்றம் கொள்ளுகின்றன. நீரின்றி இருப்பது நதியின் பிழை அல்ல என ராமன் லட்சுமணனிடம் சொல்வது உலகின் எல்லா நதிகளுக்கும் எல்லா விதிகளுக்கும் பொருந்துகிறது. அரசனைப் பார்த்துக் கண்ணகி கேட்கும் கேள்வி கண்ணகியின் கேள்வி மட்டுமல்ல. அன்றைய கேள்வி மட்டும் அல்ல. "இதுக்குத்தானா" என்று யமுனா பாபுவைப் பார்த்துக் கேட்ட கேள்வியின்

எதிரொலி அதை வாசிக்கும் ஒவ்வொருவரின் மனதிலும் வெவ்வேறு அதிர்வுகளை எழுப்பிக்கொண்டே இருக்கும். குற்றமும் தண்டனையும் குறித்து ரஸ்கோல் நிகோவுக்கு எழும் மன நெருக்கடி காலம், இடம் தாண்டி அனைவரது மனங்களிலும் எழும். இதுதான் படைப்பின் மாயம்.

இந்த மாயத்தை நிகழ்த்துவது படைப்பாளி மட்டுமல்ல. வாசகரும் சேர்ந்துதான் இதைச் சாத்தியப்படுத்துகிறார். ஒரு படைப்பு பல தரிசனங்களாக, பல பிரதிகளாக, பல்வேறு படைப்புகளாக மாறும் மாயத்தை, அதிசயத்தை நிகழ்த்துபவர்கள் வாசகர்கள்.

இரும்புக் கை மாயாவி என்னும் காமிக்ஸ் கதாபாத்திரத்தைப் பலர் அறிந்திருப்பார்கள். அந்த இரும்புக் கை பல ஆற்றல்கள் கொண்டது. ஒரு விரல் தோட்டாவைச் சுடும் திறன் கொண்டது. இன்னொரு விரலில் விஷ வாயுவைப் பீய்ச்சும் ஆற்றல் கொண்டது. மின்சாரத்தைப் பாய்ச்சுதல், மரண அடி கொடுத்தல், தன்னைத் தாங்கியவரின் உருவத்தை மறைய வைத்தல் என மேலும் பல விதமான திறமைகள் கொண்டது அந்த இரும்புக் கை. அதைக் கழற்றித் தனியாகவும் இயங்க வைக்க முடியும். ஆனால் அதன் சொந்தக்காரர் நினைவிழந்து, செயலிழந்துவிட்டால் அதன் ஆற்றல்கள் எதுவும் பயன்படாது. இரும்புக் கை வெறும் கையாக இருக்கும். அதற்கு உயிர் கொடுக்கும் சாவி அதன் உரிமையாளரிடம் இருக்கிறது. அவரது பிரக்ஞையில் இருக்கிறது.

படைப்பும் அப்படித்தான். வாசிப்பின் ஸ்பரிசமே அதன் படைப்பின் வல்லமையை விகசிக்கவைக்கிறது. படைப்பைப் படைப்பாக உயிர்பெறச் செய்யும் சாவி வாசகர்களிடம்தான் இருக்கிறது. அவ்வகையில் வாசகர்களும் படைப்பாளர்களே.

ஒவ்வொருவரும் தனக்குள்ள படைப்பாற்றலை இனம்கண்டு வெளிப்படுத்துவதன் மூலம் தனது வாழ்வையும் ஒட்டுமொத்த மனித இனத்தின் வாழ்வையும் மேம்படுத்த முடியும். எழுத்தாளர்கள் செறிவானவற்றைப் படைப்பதன் மூலமாகவும் வாசகர்கள் தங்களது ஆழமான வாசிப்பின் மூலமும் படைப்புச் செயல்பாட்டில் ஈடுபடுகிறார்கள். காத்திரமான வாசிப்பு பெருகப் பெருக ஒரு சூழலின் படைப்பாற்றலும் பெருகுவது சாத்தியமாகிறது.

இந்து தமிழ், 2016

உலகை நம் வசமாக்கும் வாசிப்பு

ஆசிரியர்களின் பங்கு வாழ்க்கையில் மிகவும் தேவை. கல்விக்கூடங்களில் நாம் பெறும் ஆசிரியர்கள் மட்டுமல்ல. அதற்கு வெளியிலும் பல்வேறு ஆசிரியர்கள் நமக்குப் பல்வேறு விஷயங்களைச் சொல்லிக் கொடுக்கிறார்கள். வழிகாட்டுகிறார்கள். தனது அனுபவம், அறிவு, சிந்தனை ஆகியவற்றைப் பிறருக்குப் பயன்படும் வண்ணம் பகிர்ந்துகொள்ளும் ஒவ்வொருவரும் ஆசிரியர்தான். அந்த வகையில் ஆசிரியர்களின் பங்கு இல்லாமல் நம்மால் ஒரு அடிகூட எடுத்து வைக்க முடியாது.

நமது சமகாலத்தில் நமக்கு அண்மையான சூழலில் இருக்கும் ஆசிரியர்களிடமிருந்து நாம் பலன் பெறுகிறோம். தொலைவில் இருக்கும் ஆசிரியர்களையும் தேடிச் செல்கிறோம். நிலப்பரப்பின் இடைவெளியைக் கடந்து நம்மால் ஆசிரியர்களை அடைய முடியும். காலம் என்னும் பரப்பைக் கடந்து நம்மால் செல்ல முடியுமா?

புத்தகங்களின் மூலம் முடியும். நூல்களை வாசிப்பதன் மூலம் நாம் எந்தக் காலகட்டத்தைச் சேர்ந்த சிந்தனையாளருடனும் படைப்பாளியுடனும் உறவாட முடியும். நிலப்பரப்பின் இடைவெளியைக்கூட ஓரளவுக்கு மேல் நம்மால் கடக்க முடியாது. அப்போதும் நமக்குக் கைகொடுப்பவை நூல்கள்தாம். உலகின் எந்த மூலையிலிருந்து உருவாகும் சிந்தனை வளமும் படைப்புத் திறமும்

அறிவின் வீச்சும் நூல்கள் மூலம் நம்மை வந்தடைகின்றன. இவ்வாறாகக் காலத்தையும் இடத்தையும் கடந்து நமக்கு நண்பனாக, நல்லாசிரியனாக, வழிகாட்டியாக விளங்குபவை நூல்கள்.

வாழ்வின் சகல கூறுகள் குறித்தும் நுட்பமாக நமக்கு எடுத்துச் சொன்ன திருவள்ளுவர், கவித்துவம் ததும்பக் கதை சொன்ன கம்பர், அத்வைதத்தின் நுணுக்கத்தைக் கூறிய ஆதிசங்கரர், வரலாற்றையும் சமூக உளவியலையும் மனித உணர்வின் நுட்பங்களையும் தன் படைப்புகளில் பொதிந்து தந்த ஷேக்ஸ்பியர், வாழ்வின் பன்முகத்தன்மையை அதன் எண்ணற்ற ஊடுபாவுகளுடன் ஆராய்ந்த ரஷ்ய இலக்கிய மேதைகள், அரிஸ்டாட்டில், காரல் மார்க்ஸ் போன்ற சிந்தனையாளர்கள் எனப் பலரும் நூல்கள் மூலம் நம்மோடு நெருக்கமாக இருக்கிறார்கள். அறிவியல் மேதைகள், அரசியல் சிந்தனையாளர்கள், ஆன்மிகச் சிந்தனையாளர்கள் என்றெல்லாம் பலர் நூல்களின் மூலம் நமக்கு நெருக்கமாக இருக்கிறார்கள். இத்தனை பேரையும் நேரில் சந்தித்தோ தொலைபேசியில் உரையாடியோ அவர்களிடமிருந்து கற்றுக்கொள்வது சாத்தியமே இல்லை. ஆனால், நூல்கள் அவற்றைச் சாத்தியப்படுத்திவிடுகின்றன. வாசிப்பு அவர்களை நம் இல்லங்களுக்குள் கொண்டுவந்துவிடுகிறது. நமக்கும் அவர்களுக்கும் இடையில் இருக்கும் காலத்தையும் தூரத்தையும் நூல்கள் கரைத்துவிட்டன.

வாசிப்பு என்பது நமது எல்லையை விரிவுபடுத்துகிறது. நமது அறிவை, சிந்தனையை, ரசனையை, கண்ணோட்டத்தை விரிவுபடுத்துகிறது. வாசிப்பு நம்முடன் இருந்தால், தன்னால் முடிந்த அளவு தாவிக் குதித்துவிட்டு, 'கடல் இவ்வளவு பெரிதாக இருக்குமா?' என்று கேட்கும் அப்பாவித் தவளையாக நாம் இருக்கமாட்டோம். வாசிப்பு நம்மை நமது கிணற்றிலிருந்து, குட்டையிலிருந்து, சிறிய நிலப்பரப்பிலிருந்து வெளியே கொண்டுசெல்கிறது. விரிந்த வயல் வெளிகளையும் மலைகளையும் பள்ளத்தாக்குகளையும் அவற்றுக்கு அப்பால் விரிந்திருக்கும் பெருங்கடல்களையும் அறிமுகப்படுத்துகிறது. அறிவு நமக்கு எதையெல்லாம் தர முடியுமோ அதையெல்லாம் வாசிப்பு தந்துவிடும். வாசிப்பு என்பதே அறிவின் வாசல் என்றுகூடச் சொல்லிவிடலாம். வாசிப்பு இல்லாத அறிவு என்பது குறுகிய எல்லைகளுக்கு உட்பட்டதாகத்தான் இருக்க முடியும். ஏனெனில், வாசிப்பு என்பது இந்தப் பிரபஞ்சம் அளவு விரிந்தது. மொழியில் பதிவுசெய்யப்பட்ட அனைத்தையும் நூல்கள் தம்முள் பொதிந்துவைத்திருக்கின்றன. மொழியே உணர்வை, அறிவை,

ரசனையை வெளிப்படுத்துகிறது. எனவே நூல்கள் அறிவைப் பெறுவதற்கான ஈடிணையற்ற வழிமுறையாக இருக்கின்றன.

இந்தியத் தத்துவ மரபில் உலகையும் அதன் உண்மைகளையும் அறிவதற்கான கருவிகள் (பிரமாணங்கள்) என முக்கியமாக மூன்று அம்சங்களைச் சொல்வார்கள். பிரத்யட்சம், யூகம், அனுபவ வாக்கு. பிரத்யட்சம் என்பது நேரில் கண்டு, கேட்டு அறிவது. யூகம் என்பது ஏற்கெனவே தெரிந்ததைக் கொண்டு தெரியாதவற்றை யூகித்து அறிவது. அனுபவ வாக்கு என்பது பிறரது அனுபவங்களைக் கேட்பதன் மூலம் அறிவது. இவற்றில் பிரத்யட்சம் என்பது எல்லைக்குட்பட்டது. யூகம் என்பது முதல் கருவியின் மூலம் அறிந்தவற்றை அடிப்படையாகக் கொண்டது. இதுவும் எல்லைக்குட்பட்டதாகவே இருக்கும். அனுபவ வாக்கின் வீச்சு ஒவ்வொருவருடைய இருப்பிடம், தெரிந்த நபர்கள் ஆகியவற்றைப் பொறுத்தே இருக்கும். நகரம், கிராமம், சமவெளி, பள்ளத்தாக்கு, மேலை நாடுகள், கீழை நாடுகள் எனப் பல காரணிகளைப் பொறுத்து ஒருவருக்குக் கிடைக்கக்கூடிய அனுபவ வாக்கின் வீச்சு மாறும்.

அறிவியல் நமக்குத் தந்த கொடைகளில் ஒன்று அச்சுத் தொழில்நுட்பம். இதன் மூலம் கிடைத்த நூல்கள், இடம், காலம் ஆகியவற்றைத் தாண்டி அனுபவ வாக்குகளை நம் எல்லோருக்கும் பொதுவானதாக மாற்றுகின்றன. மன்னார்குடியில் வாழ்பவருக்குக் கிடைக்கக்கூடிய அனுபவ வாக்கும் நியூ யார்க்கில் வாழ்பவர் பெறக்கூடிய அனுபவ வாக்கும் ஒன்றல்ல. பயணங்கள் நிலம் சார்ந்த இடைவெளியை நீக்கக்கூடியவை என்றாலும் அதுவும் ஓர் அளவுக்கு மேல் விரிவடைய வாய்ப்பில்லை. ஆனால், உட்கார்ந்த இடத்திலிருந்தே உலகை வலம் வந்த வினாயகராக நம்மை உணரவைப்பவை நூல்கள். எந்த இடத்திலும், எந்த மொழியிலும், எந்தக் காலத்திலும் சொல்லப்பட்ட அனுபவ வாக்குகளும் நூல்களின் மூலம் நம்மை வந்தடைந்துவிடும். இதன் மூலம், நமது அறிவின் பரப்பும், வீச்சும் அனுபவ சாத்தியங்களும் விரிவடைந்துகொண்டே போகும். நூல்கள் நம்மோடு இருக்கும்வரை நம் எல்லைகளை யாரும் வரையறுத்துவிட முடியாது. நூல்கள் பிரபஞ்சம் தழுவி விரிந்துகொண்டே செல்கின்றன. நம்மையும் உடன் அழைத்துச் செல்கின்றன.

நாம் பார்க்க முடியாத, கேட்க முடியாத, வாழ்ந்து அனுபவிக்க முடியாத பலவற்றையும் நம் அருகில் கொண்டுவந்து நிறுத்துகிறது வாசிப்பு. இருந்த இடத்தை விட்டு நகராமல் ரஷ்யப் புல்வெளிகளிலும் சகாரா பாலைவனத்திலும் உலாவலாம்.

அரவிந்தன்

புராண காலத்தில் வாழ்ந்து பார்க்கலாம். வரலாற்றுக் காலத்தைத் தரிசிக்கலாம். சமகாலத்தில் நாம் செல்ல முடியாத பல இடங்களுக்கும் போய்வரலாம். பார்க்க முடியாத மனிதர்களைப் பார்க்கலாம். அவர்கள் பேசுவதை மட்டுமின்றிச் சிந்திப்பதையும் உணர்வதையும்கூட அறியலாம்.

ஒவ்வொருவருக்கும் கிடைப்பது ஒரே வாழ்க்கை. நூல்களின் மூலம் ஓராயிரம் வாழ்க்கையை நாம் அறியலாம். மனிதர்கள், வரலாறுகள், சூழல்கள், நிகழ்வுகள், சிந்தனைகள், உணர்வுகள் ஆகியவற்றை நம் அனுபவப் பரப்புக்குள், அறிவின் வீச்சுக்குள் கொண்டுவரலாம். வாசிக்க வாசிக்க உலகம் நம் வசமாவதை உணரலாம். வாசிப்பு நம் எல்லைகளை விரிவுபடுத்துகிறது. எல்லையற்று நம்மை விரியச் செய்கிறது.

இந்து தமிழ், 2017

உலகு தழுவும் புனைவுச் சிறகுகள்

நவீன தமிழிலக்கியத்தின் முன்னோடிகளில் ஒருவரும் வட்டார இலக்கியத்தின் இணையற்ற சாதனையாளருமான கி.ராஜநாராயணனைப் பற்றிப் பேசும்போது அவரைக் கரிசல் மண் சார்ந்த இலக்கியவாதியாக அடையாளப்படுத்துவது வழக்கமாகிவிட்டது. கரிசல் பகுதி என்று சொல்லப் படும் நிலப்பரப்பில் நிலவும் வாழ்க்கையையும் பண்பாட்டுக் கூறுகளையும் நிலவியல் தன்மை களையும் கி.ரா. அளவுக்குத் துல்லியமாகவும் படைப்பூக்கத்துடனும் பிரதிபலித்த எழுத்தாளர் யாருமில்லை என்பதில் ஐயமில்லை. ஆனால், இதை வைத்துக்கொண்டு அவரைக் கரிசல் இலக்கிய வாதியாகவோ வட்டார இலக்கியவாதியாகவோ வரையறுப்பது அவருடைய படைப்பாளுமையின் பன்முக வீச்சைக் குறுக்குவதாகவே அமையும்.

எந்த ஒரு படைப்பாளியும் தனக்கு வசப்பட்ட வாழ்க்கையையே பிரதானமாகத் தன் படைப்புலகின் முக்கியக் கூறாகக் கொள்ளுவார். ஒரு எழுத்தாளர் பிறந்த சாதி, மதம், இடம், பண்பாட்டுச் சூழல், அரசியல் பின்புலம் ஆகியவை அவருடைய எழுத்தின் தவிர்க்க முடியாத பகுதிகளாக இடம்பெறும். நேரடியாகவும் மறைமுகமாகவும் இந்தப் பிரதிபலிப்பு நிகழும். சுந்தர ராமசாமிக்கு நாகர்கோயிலும் அசோகமித்திரனுக்கு ஹைதராபாத், சென்னை ஆகிய நகரங்களும் தி.ஜானகிராமனுக்குத் தஞ்சாவூரும் முக்கியமான கதைக் களங்களாக அமைந்தது

இயல்பானது. அதுபோலவேதான் கி.ரா.வுக்குக் கரிசல் மண். ஆனால், கு.ரா., அசோகமித்திரன், ஜானகிராமன் ஆகியோர் வட்டார இலக்கியவாதிகளாக அடையாளப்படுத்தப்படுவதில்லை. கி.ரா. அப்படி அடையாளப்படுத்தப்படுகிறார்.

சமஸ்கிருதத்தில் சத்ரி நியாயம் என்றொரு கோட்பாடு உண்டு. உலகையும் மானுடப் போக்குகளையும் புரிந்துகொள்ள உதவும் கோட்பாடுகளில் ஒன்று இது. சத்ரி என்றால் குடை. ஒரு கூட்டத்தில் பெரும்பாலானவர்கள் கையில் குடை இருந்தால் அதைப் பொதுமைப்படுத்தி, எல்லோருமே குடையோடு வந்திருந்தார்கள் என்று சொல்வது வழக்கம். பெரும்பான்மையின் இயல்பையே பொது இயல்பாகப் புரிந்துகொள்ளும் இந்தப் பொதுப்புத்தி அணுகுமுறையை ‘சத்ரி நியாயம்’ எனக் குறிப்பிடுகிறது அந்தக் கோட்பாடு (நியாயம் என்றால் பார்வை, அணுகுமுறை, வழிமுறை என்றும் பொருள்கள் உள்ளன). கி.ரா.வைக் கரிசல் இலக்கியவாதியாக வரைறுக்கும் பார்வையை இப்படித்தான் புரிந்துகொள்ள முடிகிறது.

கி.ரா.வின் கதைகளில் கரிசல் வாசனை தூக்கலாக இருப்பது உண்மைதான். சுந்தர ராமசாமியின் கதைகளில் நாகர்கோவில் வாசனை வீசுவதைக் காட்டிலும் இது அதிகம்தான். ஆனால், தி.ஜா.வின் கதைகளில் தஞ்சையும் கும்பகோணமும் கி.ரா. கதைகளில் கரிசல் மண்ணுக்கு இணையாகவே இடம்பெற்றிருக்கின்றன. அதுபோலவே அசோகமித்திரன் கதைகளில் சென்னையும் ஹைதராபாத்தும் இடம்பெறுகின்றன. ஆனால் இவர்களை இதை வைத்து வட்டார இலக்கியவாதிகள் என்று யாரும் சொல்வதில்லை. எனில், கி.ரா.வுக்கு மட்டும் ஏன் இந்தப் பட்டம்?

தி.ஜா.வும் அ.மி.யும் தஞ்சாவூர், ஹைதராபாத், சென்னை ஆகிய ஊர்களைக் களமாகக் கொண்ட கதைகள் பலவற்றை எழுதினாலும் அவை அந்த வட்டாரங்களின் பண்பாட்டுக் கூறுகளைக் காட்டிலும் மனிதர்கள் மீதே அதிக கவனம் செலுத்துகின்றன. புறச் சூழல்களும் பண்பாட்டுக் கூறுகளும் கதையின் பின்புலமாகவோ துணை அம்சமாகவோ இருக்கின்றன. கி.ரா.வின் கதைகளிலோ மனிதர்கள், புறச் சூழல், பண்பாட்டுக் கூறுகள் ஆகிய அனைத்திற்கும் கிட்டத்தட்ட சமமான முக்கியத்துவம் உள்ளது. கதையைச் சொல்லத் தொடங்கும் கி.ரா. பல சமயங்களில் புறக் காட்சிகளிலும் பண்பாட்டுக் கூறுகளிலும் ஆழ்ந்துவிடுகிறார்.

புறக் காட்சி என்றால் வயல் வரப்பு முதலானவை மட்டுமல்ல. வீடு, திண்ணை, கதவு, நாற்காலி முதலானவையும் கி.ரா.வின் கதைகளில் பாத்திரங்களாகவே வருகின்றன என்று

சொல்லுமளவுக்கு அழுத்தமான சித்திரங்களாக உருப்பெறு கின்றன. மனிதர்களை அறிமுகப்படுத்தும்போது அவர்கள் தோற்றம், நடை உடை பாவனை, பேச்சு, இயல்பு, உணர்ச்சிகள், உணர்வுகள் ஆகியவற்றை மிகத் தெளிவான காட்சிப் படிமங்களாக வடித்துத் தருகிறார் கி.ரா. இத்தகைய சித்தரிப்புகளினூடே கதை மெல்ல மெல்ல வளர்ந்து முரண்பாடுகள் உருவாகின்றன. முரண்பாடுகளின் ஊடாட்டங்களின் வழியே கதை தன் உச்சத்தை நோக்கிச் செல்கிறது. கதை முடியும்போது கி.ரா. எந்த இடத்தைப் பற்றி, எந்த மனிதர்களைப் பற்றி, எந்த நிகழ்வுகளை வைத்துக் கதை சொன்னாரோ அந்த இடத்தில் வாழ்ந்து அந்த மனிதர்களைச் சந்தித்து அந்த நிகழ்வுகளை நேரில் கண்டு அனுபவித்ததுபோன்ற உணர்வு வாசகர்களுக்கு ஏற்பட்டுவிடும். கி.ரா.வின் சித்தரிப்பின் துல்லியம் நிகழ்த்தும் மாயம் இது.

துல்லியமான சித்தரிப்பு என்பது கி.ரா.வுக்கு மட்டுமே உரிய தனிப்பெரும் குணாம்சம் அல்ல. தமிழில் பல எழுத்தாளர்கள் இதில் வல்லவர்கள். ஆனால், கதைக் களம், கதை மாந்தர்கள், அவர்களுடைய தோற்றம், உடல் மொழி, பேச்சு, பழக்கவழக்கங்கள் என யாவற்றையும் துல்லியமாகக் காட்டுவது கி.ரா.வின் தனித்துவம். எதையுமே அவர் விட்டுவைக்க மாட்டார். சொற்களால் வடிக்கப்பட்ட ஒளிப்படம்போலத் தன் கதைகளை அவர் செதுக்குகிறார். இந்தத் துல்லியம் என்பது ஆவணத்தன்மை கொண்ட துல்லியமாக இல்லாமல் புனைவின் அழகுடன் மிளிர்வதற்குக் காரணம் கி.ரா.வின் ரசனை.

புனைவில் ரசனைக்கு முக்கியத்துவம் கொடுத்தவர்களில் தி.ஜானகிராமனை முதன்மைப்படுத்தும் வழக்கம் தமிழ்ச் சூழலில் உள்ளது. கி.ரா.வும் தி.ஜா.வைப் போன்றே ரசனையைத் தன் இயல்பின் தவிர்க்க முடியாத தன்மையாகக் கொண்டவர். பசு மாட்டைப் பற்றிச் சொல்லும்போதும் ஒரு பெண்ணின் தோற்றத்தைப் பற்றிக் குறிப்பிடும்போதும், நாற்காலியில் உட்காரும் ஒருவருடைய உடல் மொழியை வர்ணிக்கும்போதும், விலங்குகளின் அசைவுகளைச் சித்தரிக்கும்போதும் கி.ரா.வின் ரசனையை உணர முடிகிறது.

'நாற்காலி' கதையில் சப்ஜட்ஜ் முக்காலியில் உட்காரப் போய் 'தொபுகடீர்' என்று விழும் காட்சியைப் பாருங்கள். ஜட்ஜ் விழுவதற்கு முன்பே அதை எதிர்நோக்கி ஆவலாகக் காத்திருக்கும் வாண்டுகளின் மன உணர்வுகள், காத்திருக்கும் அந்தக் கணங்களில் அந்தக் குழந்தைகளின் மனம் நினைவுகூரும் நிகழ்வுகள் ஆகியவை அந்தக் கணத்தைக் காலத்தின் வெளியில் நிறுத்தி அதைத் தனிச் சித்திரமாக ஆக்குகின்றன. குழந்தைகளின்

அரவிந்தன்

பார்வையில் விரியும் அந்தக் காட்சியைக் கி.ரா. சித்தரிக்கும் விதம் நம்மையும் குழந்தைகளாக்கிவிடுகிறது. 'கன்னிமை' கதையில் நாச்சியாரம்மாவின் நடவடிக்கைகளைப் படிப்பவர் மனம் கசியும் வகையில் கி.ரா.வின் மொழியும் சித்தரிப்பும் இருக்கின்றன.

வாழ்வின் ஒவ்வொரு அம்சத்தையும் ரசிக்கும் மனம் அவருக்கு வாய்த்திருக்கிறது. அழுக்கு, வறுமை, அற்பத்தனம், இழப்பு, வன்மம் ஆகியவற்றைப் பிரதானமாகக் கொண்ட கதைகளிலும் கி.ரா.வின் ரசனை அவரை விட்டு விலகுவதில்லை. அழகியல் உணர்வு என்பது அழகு என அறியப்படுபவற்றை மட்டும் ரசிப்பது அல்ல. இயற்கையின் எந்த ஒரு அம்சத்தையும் அதன் இயல்பில் கண்டு உணர்ந்து ரசிப்பது. எந்தச் சூழ்நிலையிலும் தன்னை வெளிப்படுத்திக்கொள்ளும் சவுந்தரியத்தின் தரிசனத்தைத் தவறவிடாதிருப்பது. கி.ரா.விடம் இந்தப் பார்வை இயல்பாகவே இருந்தது. அவருடைய சித்தரிப்புகளின் அடியோட்டமாக ஒரு புன்னகையின் நிழலை நாம் உணர முடியும். அவருடைய கதைகளைப் படிக்கையில் அவருடைய ரசனை நம்மையும் தன்னுள் இழுத்துக்கொண்டு நம்மையறியாமல் நம் முகத்தில் புன்னகையை வரவழைப்பதை அவருடைய வாசகர்கள் உணர்ந்திருக்கலாம்.

வட்டார வழக்கையோ வட்டாரம் சார்ந்த பண்பாட்டையோ பலரும் சிறப்பாகச் சித்தரித்திருந்தாலும் கி.ரா.வைப் பொறுத்தவரை வட்டாரத் தன்மை என்பது பின்புலமோ துணையம்சமோ அல்ல. அது படைப்பின் இன்றியமையாத பகுதி. எனவே அதற்கு அவர் முக்கியத்துவம் அளிக்கிறார். பாத்திர வார்ப்பு, மன உணர்வுகள், நிகழ்வுகள் ஆகியவற்றுக்கு இணையான முக்கியத்துவத்தை வட்டாரத் தன்மைக்கு அளிக்கிறார். இந்த முக்கியத்துவமே அவரை வட்டார இலக்கியவாதியாகச் சித்தரிக்கச் சிலரைத் தூண்டியிருக்கிறது. வட்டார இலக்கியம் என்பது மாற்றுக் குறைவானதல்ல. ஆனால், வட்டாரத்தன்மையோடு கி.ரா.வின் கதைகள் நின்றுவிடுபவை அல்ல என்பதைக் கணக்கில் கொண்டு பார்க்கும்போது வட்டார இலக்கியம் என்னும் வகைப்பாடு கி.ரா. வின் புனைவுலகின் வீச்சை உணர்த்தப் போதுமானதாக இல்லை என்பதைச் சொல்லியாக வேண்டியிருக்கிறது.

தான் வாழ்ந்த வட்டாரம், தன் அனுபவத்திற்கு வசப்பட்ட வாழ்க்கை, தான் கண்ட மனிதர்கள், தான் உணர்ந்த வாழ்வின் சூட்சுமங்கள், மனித இயல்புகளின் நானாவிதக் கோலங்கள், இவற்றின் ஊடாட்டங்களில் முகிழ்க்கும் விசித்திரங்கள் ஆகியவற்றைத் தன் புனைவுலகில் நிதானமாகவும் துல்லியமாகவும் அலாதியான ரசனையோடும் பதிவுசெய்யும் கி.ரா., இவற்றின்

ஒட்டுமொத்தத் தொகுப்பில் இந்தக் கூறுகளையெல்லாம் தாண்டிச் செல்லும் பாய்ச்சலையும் இயல்பாகவும் அனாயாசமாகவும் நிகழ்த்துகிறார். "கதவு, கன்னிமை" போன்ற கதைகளில் வெளிப்படும் வட்டாரப் பண்பாட்டுக் கூறுகளை ரசித்து உள்வாங்கும் வாசகர் கதைகளின் முடிவில் ஒட்டுமொத்த மானுட இனத்திற்கும் பொதுவான தரிசனங்களைக் கண்டடைய முடியும். இந்தத் தன்மைதான் கி.ரா.வை உலகப் படைப்பாளியாக ஆக்குகிறது.

சாதாரணமான ஒரு கதவு, பதின் பருவத்தில் இருக்கும் ஒரு சிறுமி, வீட்டுக்குப் புதிதாக வரும் நாற்காலி போன்றவற்றை முன்னிட்டுக் கதை சொல்லும் கி.ரா., இந்தப் பொருள்களையும் மனிதர்களையும் அவர்களுடைய பின்னணியில் வைத்துத் தான் சித்தரிக்கிறார். இந்தச் சித்தரிப்பினூடே வாழ்வின் அடிப்படையான கூறுகள் வெளிப்பட்டு இவற்றை உலகில் எந்த இடத்திற்கும் பொருந்தும் தன்மைகள் கொண்டவையாக ஆக்குகின்றன.

வட்டார இலக்கியவாதியாக மட்டும் கி.ரா.வைக் காண்பவர்கள் அவருடைய புனைவுகளில் உள்ள வட்டாரத் தன்மைகளைத் தாண்டி உலகளாவிய பொது உணர்வுக்கான தரிசனங்களைத் தவறவிடுகிறார்கள். கி.ரா. காட்டும் கிராமங்களில் நடமாடும் மனிதர்களின் பண்பாட்டுக் கூறுகள் அந்த மண் சார்ந்தவை. புனைவில் வெளிப்படும் வாழ்வின் கூறுகள் மானுடப் பொதுமைச் சார்ந்தவை. வட்டாரத்திலிருந்து தொடங்கி உலகம் முழுமைக்குமாக விரியும் சிறகுகளைக் கொண்டவை கி.ரா.வின் கதைகள். இதுவே அவருடைய தனித்தன்மை.

2021

உயிர்பெறும் புனைவுச் சித்திரங்கள்

எனக்குப் பிடித்த கதாபாத்திரங்களைப் பற்றிப் பேச வேண்டும் என்றால் குறைந்தது 50 கதாபாத்திரங்களைப் பற்றியாவது சொல்ல வேண்டும். புராண, இதிகாசங்கள் உள்ளிட்ட பண்டைய இலக்கியங்களிலிருந்து தொடங்கி நேற்றுப் படித்த பெருந்தேவியின் குறுங்கதையில் வரும் காதலிவரை பல நூறு பாத்திரங்கள் மனதுக்கு நெருக்கமாக இருக்கின்றன.

கற்பனையில் பிறந்த கதைகளில் உருப்பெறும் மாந்தர்களை நாம் ஏன் இவ்வளவு பெரிதாக எடுத்துக்கொள்ள வேண்டும்? நிஜ வாழ்வில் நாம் அறிந்த எத்தனையோ மனிதர்களைக் காட்டிலும் இவர்கள் ஏன் மறக்க முடியாதவர்களாக இருக்கிறார்கள்? புனைவுலகிலிருந்து நகர்ந்து வந்து நம்முடைய அக உலகில் இவர்கள் இடம் பெறுவது எவ்வாறு சாத்தியமாகிறது?

பாத்திரங்கள் உருவாக்கப்பட்ட விதத்திற்கு இதில் முக்கியப் பங்கு இருக்கிறது. படைப்பாளி உருவாக்கிய புனைவுலகில் இவர்கள் பேசுவது, சிந்திப்பது, நடந்துகொள்வது முதலானவற்றால் இவர்களைப் பற்றிய சித்திரம் உருப்பெறுகிறது. அந்தச் சித்திரங்களில் சில நம் மனதைக் கவர்ந்து நம்முடைய நினைவு வெளியில் இடம் பெற்றுவிடுகின்றன.

ஒரு பாத்திரம் இப்படிப்பட்டதென்று படைப்பாளி வர்ணிக்கலாம். அதை வைத்து அந்தப் பாத்திரத்தின் சித்திரம் உருப்பெற்று விடுவதில்லை. குறிப்பிட்ட சில தருணங்களில் அந்தப் பாத்திரம் எப்படி வினையாற்றுகிறது அல்லது எதிர்வினையாற்றுகிறது என்பதைப் பொருத்தே அந்தச் சித்திரம் உருப்பெறுகிறது. புராணக் கதையாடல்களை முன்வைத்து இதற்குச் சில எடுத்துக்காட்டுகளைத் தரலாம். அனைவரும் அறிந்த பாத்திரங்கள் என்பதால் இவற்றின் மூலம் இந்தச் சித்திர உருவாக்கத்தைப் புரிந்துகொள்வது எளிதாக இருக்கும்.

ராமாயணத்தில், ஆட்சியின் மீதான உரிமையைப் பறிகொடுத்ததுடன் காட்டிற்குச்செல்லவேண்டியகட்டாயத்திற்கும் ராமன் ஆளானதில் லட்சுமணன் சீற்றம் கொள்கிறான். கதைப்படி லட்சுமணன் சராசரி மனிதன். இயல்பான ஆசாபாசங்களும் கோபதாபங்களும் கொண்டவன். ஆனால் ராமன் அப்படி அல்ல. அவனை ஆதரிச மனிதனாகவே வால்மீகி சித்தரிக்கிறார். எனவே லட்சுமணனுக்கு வரும் கோபம் அவனுக்கு வர வாய்ப்பில்லை. தாய், தந்தை, சித்தி என அனைவர் மீதும் அபரிமிதமான மரியாதை கொண்டவன் ராமன். எனவே கைகேயியின் பேச்சைக் கேட்டுத் தசரதன் எடுத்த முடிவில் அவனுக்கு வருத்தமோ கோபமோ இல்லை. தன்னுடைய நெருக்கடிக்கு மனிதர்கள் மீது பழிபோடவோ அவர்களுக்கு எதிராக வினையாற்றவோ அவன் விரும்பவில்லை. நதியில் நன்னீர் இல்லாது போவதற்கான பழியை நதியின் மீது போட முடியாது என்கிறான். ஏதோ ஒரு காரணத்திற்காக விதி செய்யும் இச்செய்கையில் நாம் அனைவரும் வெறும் பாத்திரங்கள் என்று சொல்லும் ராமன் இந்த நிகழ்வுகளுக்காகத் தனி நபர்கள் மீது கோபம் கொள்வதில் பொருள் இல்லை என்கிறான்.

ராமனின் குணாதிசயங்கள் பற்றி வால்மீகி எவ்வளவு வேண்டுமானாலும் வர்ணிக்கலாம். அவையெல்லாம் வெறும் சொற்கள். குறிப்பிட்ட தருணங்களில் அவன் எப்படி வினையாற்றுகிறான், எதிர்வினை ஆற்றுகிறான் என்பதை வைத்துத்தான் ராமனைப் பற்றிய சித்திரம் நம் மனதில் உருவாகிறது. ராமன் என்னும் ஆளுமையின் மீதான நமது பாராட்டுணர்வு, வியப்பு, விமர்சனம், கோபம் ஆகிய அனைத்தும் வெவ்வேறு தருணங்களில் ராமனின் நடத்தையின் மூலமாகவே நமக்குள் உருப்பெறுகின்றன. ராமனின் குணங்கள் பற்றிய வால்மீகியின் சித்தரிப்புகளை வைத்தே ராமனை நாம் எடைபோடுகிறோம். இந்த மதிப்பாய்வுக்கு ஏற்ற விதத்திலேயே ராமனின் சித்திரம் நம் மனதில் உருப்பெறுகிறது. இவற்றின் அடிப்படையிலேயே ராமனை நாம் விரும்புகிறோம்.

“தெய்வம் முன்னே நின்றெதிர்ப்பினும் நின்று சீறி அடிக்கும் திறலன்” என்று பீமனை வியாசரை அடியொற்றி பாரதியார் வர்ணிக்கிறார். மகா விஷ்ணுவின் ஆயுதமான நாராயண அஸ்திரத்துக்கு எதிராக அர்ஜுனன் உள்ளிட்ட அனைவரும் ஆயுதங்களைக் கீழே போட்டுவிட்டு நிற்கையில் கையில் கதையுடன் தனி ஒருவனாக அதை எதிர்த்து நிற்கும் பீமனின் சித்திரம் இந்தச் சொற்களின் நிரூபணமாக உருப்பெற்று பீமனைப் பற்றிய நம் அகச் சித்திரத்தை நிர்ணயித்துவிடுகிறது. ஆகவே, பாத்திரங்களை வர்ணிக்கும் சொற்கள் அல்ல, பாத்திரங்களின் எண்ணங்கள், செயல்கள் குறித்த சித்திரங்களே அவர்களை நமக்கு நெருக்கமாக ஆக்குகின்றன.

புனைவின் வழியே உருப்பெறும் பாத்திரங்களின் சித்திரங்கள் எந்த அளவிற்கு வலுவாகவும் தெளிவாகவும் இருக்கின்றனவோ அந்த அளவிற்கு அவை அனைவரின் மன அரங்கில் இடம் பிடிக்கின்றன. ஃபியதோர் தாஸ்தாவெஸ்கியின் ‘குற்றமும் தண்டனையும்’ நாவலில் வரும் ரஸ்கோல்னிகோவின் சஞ்சலங்களும் மனப் போராட்டங்களும் அவற்றின் வினைவான அவன் செயல்பாடுகளும் அந்தச் செயல்பாடுகளால் மாற்றத்திற்கு உள்ளாகும் சிந்தனைகளும் தாஸ்தாயேவ்ஸ்கியின் மொழியில் அற்புதமாகத் துலங்குகின்றன. இதுதான் ரஸ்கோல்னிகோவைப் புனைவு வெளியிலிருந்து நம் மனவெளிக்குள் கொண்டுவருகிறது. ரஸ்கோல்னிகோவைப் பற்றி தாஸ்தாயேவ்ஸ்கி என்ன சொல்கிறார் என்பது முக்கியமில்லை. அவனை அவர் என்னவாக உருப்பெறவைக்கிறார் என்பது முக்கியம். படைப்பாளியின் இத்தகைய சித்திரம் அல்லது சித்தரிப்புதான் அவருடைய பாத்திரங்களுக்கு உயிர் கொடுத்து நம்மோடு உறவாட வைக்கிறது. இப்படி உயிர்பெறுவதாலேயே இந்தப் பாத்திரங்கள் நம் மனதிற்கு நெருக்கமாகிறார்கள்.

நிஜ மனிதர்களைக் காட்டிலும் இவர்களில் சிலர் நெருக்கமாக இருப்பதற்கு இரண்டு காரணங்களைச் சொல்லலாம். ஒன்று நிஜ மனிதர்களை அன்றாட வாழ்வின் புழுதியிலிருந்து விலக்கி நம்மால் பெரும்பாலும் பார்க்க முடியவில்லை. இரண்டாவது, படைப்பில் உருப்பெறும் பாத்திரங்களின் சித்திரங்களைப் போல நிஜ மனிதர்களின் சித்திரங்கள் தெளிவு பெற்றுத் துலங்குவதில்லை. அவர்களுக்கும் நமக்குமிடையேயான உறவின் ஊடாட்டங்களும் நமது அறிதலின் எல்லைகளும் இந்தச் சித்திரம் துலக்கம் பெற விடாமல் தடுக்கின்றன. புனைவுலகில் இந்தப் பிரச்சினை இல்லை. எனவேதான் நம்முடைய நிஜவாழ்வின் கல்லூரித் தோழனைக் காட்டிலும் ‘மோகமுள்’ பாபுவை நாம் நெருக்கமாக

நினைக்கிறோம். ரஸ்கோல்னிகோவின் உணர்வுகளையும் மனப் போராட்டங்களையும் தெரிந்துகொண்ட அளவிற்கு நமக்கு நிஜவாழ்வில் குற்றம் செய்துவிட்ட ஒருவருடைய அக உலகம் பற்றித் தெரிவதில்லை. எனவே இவர் நமக்கு அன்னியமாக இருக்கிறார். ரஸ்கோல்னிகோவ் நம் அருகில் வந்து நிற்கிறான். அவன் தோள் மீது கைபோட்டு நாம் பேசிக்கொண்டிருக்கிறோம்.

தாஸ்தாயெவ்ஸ்கியின் நாவல்களைப் படித்தவர்களால் அவருடைய கதாபாத்திரங்களான மிஷ்கின், ரஸ்கோல்னிகோவ் ஆகிய பாத்திரங்களை மறக்கவே முடியாது. அவர்களுடன் மனவெளியில் உரையாடாமல், வெவ்வேறு தருணங்களில் அவர்களை நினைவுகூராமல் இருக்கவே முடியாது. தாஸ்தயெவ்ஸ்கியின் கலை அத்தகைய தாக்கத்தை ஏற்படுத்துகிறது. அவர் சித்தரித்த மிஷ்கினையும், ரஸ்கோல்னிகோவையும் நாம் அவ்வப்போது நினைவுகூர்கிறோம். அவர்கள் உண்மையில் யார் என்று நமக்குத் தெரியவே தெரியாது.

விரிவாகவும் நுட்பமாகவும் சித்தரிக்கப்படாத சில பாத்திரங்களும் நம்மைக் கவர்ந்துவிடக்கூடும். இதுவும் படைப்பாளி தரும் சிறிய சித்திரம் என்னும் பொறி விளைவிக்கும் மாயம் தான். தேர்ந்த ஓவியனின் கை உருவாக்கும் தீற்றல்களிலும் அழகிய சித்திரங்கள் துவங்குவதைப் போலத்தான் இதுவும்.

தனிப்பட்ட முறையில் என்னைக் கவர்ந்த பாத்திரங்களில் இரண்டு அல்லது மூன்றைப் பற்றி மட்டும் இங்கே பகிர்ந்து கொள்கிறேன். இவை சட்டென்று நினைவுக்கு வரும் பாத்திரங்களே தவிர இவையே முதன்மையானவை என்று கொள்ள முடியாது.

லெவ் தல்ஸ்தோயின் அன்னா கரேனினா நாவலின் மையக் கதாபாத்திரமான அன்னா உலகம் முழுவதும் பல்வேறு வாசகர்களால் மறக்க முடியாத பாத்திரம். அன்னாவைப் பற்றி மட்டுமே தனி நூல் எழுதலாம் என்னும் அளவுக்கு அழுத்தமான, வலுவான பாத்திரமாக அவள் நாவலில் உருப்பெறுகிறாள். 19ஆம் நூற்றாண்டின் ரஷ்ய மேட்டுக்குடிச் சீமாட்டியான அவள் வர்க்கம், இடம், பாலினம், காலம் ஆகியவற்றைத் தாண்டி உலகம் முழுவதும் கோடிக்கணக்கான வாசகர்கள் மனங்களில் மறக்கவியலாத இடம் பெற்றிருக்கிறாள் என்பது தல்ஸ்தோயின் கலை மேதைமையின் விளைவேயன்றி வேறில்லை. அன்னாவைப் போன்ற பலரை நாம் நிஜ வாழ்வில் சந்தித்திருப்போம். ஆனால் நம் மனவெளியில் அன்னாவுக்கு இருக்கும் முக்கியத்துவம் அவர்களுக்கு இருக்காது. அதற்குக் காரணம் அன்னாவை அறிந்த அளவு நாம் நிஜ வாழ்வின்

பெண்களை அறிந்திருக்க மாட்டோம். அன்னாவின் ஆளுமையின் பல்வேறு கூறுகளைத் தல்ஸ்தோய் மிகத் துல்லியமாகவும் நுட்பமாகவும் சித்தரித்திருப்பதுதான் இதற்குக் காரணம்.

அன்னாவின் அழகு, வசீகரம், மேலான எண்ணங்கள், பெருந்தன்மை, பிறருடைய துயரில் பங்கு பெறும் குணம், பிறருடைய உணர்வை அவர்கள் நிலையிலிருந்து பார்க்கும் பக்குவம், தனக்கு வேண்டியவர்கள், தன் உறவினர்கள் ஆகியோரின் உணர்வு நிலைகளையும் நியாயங்களையும் தாண்டி அவர்கள் சார்ந்த பிரச்சினைகளை அணுகிப் புரிந்துகொள்ளும் விதம் ஆகிய அனைத்தும் அவளை மதிப்பிற்கும் அன்பிற்கும் உரிய பெண்ணாகக் காட்டுகின்றன. தன்னுடைய அண்ணியின் உணர்வுகளைப் புரிந்துகொள்ள முயலும் அவளுக்குத் தன் அண்ணனின் நிலையிலிருந்து தாண்டிச் செல்வது இயல்பாகவே சாத்தியமாகிறது. உறவு நிலைகளுக்குள் நாம் அரிதாகவே காணக்கூடிய குணம் இது.

தன்னளவில் திருப்தியான வாழ்க்கை, பிறர் மீதான கரிசனம், அபூர்வமான அழகு ஆகியவற்றுடன் அனைவரும் விரும்பத்தக்க, போற்றத்தக்க வாழ்க்கையை வாழ்ந்துவரும் அன்னாவின் ஆளுமையின் வேறொரு பரிமாணம் விரான்ஸ்கியின் மூலமாக வெளிப்படுகிறது. விரான்ஸ்கியைச் சந்தித்த அந்தத் தருணம் ஏறக்குறைய சமதளத்தில் சீராக ஓடிக்கொண்டிருக்கும் அன்னாவின் வாழ்வில் திருப்பத்தை ஏற்படுத்துகிறது. அதுவரை அவளைப் பற்றி யாருக்கும் தெரியாத, ஏன் அவளுக்கே தெரியாத ஒரு பரிமாணம் தன்னை வெளிப்படுத்திக்கொள்கிறது. விரான்ஸ்சியைச் சந்திப்பதற்கு முன்பு இருந்த அன்னா வேறு, சந்தித்த பிறகு இருந்த அன்னா வேறு.

ஒரு பெண் அல்லது ஆணால் முற்றிலுமாக அப்படி மாறிவிட முடியுமா? முழுமையான மாற்றம் என்பது சாத்தியமில்லை என்பதையே மானுடவியல் சார்ந்த ஆய்வுகள் சொல்கின்றன. முழுமையான மாற்றம் என்பதைக் காட்டிலும் அதுவரை வெளிப்படாத ஆளுமைக் கூறுகள், அவற்றின் விளைவுகள் என்று சொல்லலாம். விரான்ஸ்கியைச் சந்தித்த பிறகும் அன்னாவின் மேலான குணங்கள் எதுவும் மாறிவிடவில்லை. ஆனால் வேறொரு அம்சம் சேர்ந்துவிடுகிறது. அதாவது, அவளுக்குள்ளிருந்து வெளிப்பட்ட குறிப்பிட்டதொரு உணர்வு அவள் ஆளுமையின் வேறொரு கூறினை வெளியே கொண்டுவருகிறது. மனதின் எல்லையற்ற சூட்சுமப் பரப்பில் ஏற்கனவே இருந்த விதைகளுள் ஒன்று தனக்கான வாய்ப்பு அமைந்தபோது முளைத்து

வளர்கிறது. இது தன்னைச் சுற்றியுள்ள மன வெளியின் அமைப்பை மாற்றிவிடுகிறது. இந்த மனவெளியின் சலனங்களால் வழிநடத்தப்படும் வாழ்க்கையையும் மாற்றிவிடுகிறது.

காதல். இதுதான் அன்னாவிற்குள் முளைத்த புதிய செடி. அன்னாவின் வாழ்க்கையில் அதுகாறும் அவள் அனுபவித்திராத உணர்வு. அன்பு, பாசம், தாய்மை, தோழமை என்று எல்லாவற்றையும் அவள் அனுபவித்திருக்கிறாள். இந்த உணர்வுகளுக்கு நேர்மையாகவும் இருந்துவருகிறாள். ஆனால் கிட்டத்தட்ட 30 வயதுவரையிலும் அவள் உணர்ந்திராத, அனுபவித்திராத ஓர் உணர்வு காதல். பிற உணர்வுகளைப் போலவே அவள் காதலையும் உண்மையோடும் நேர்மையோடும் அணுகுவதுதான் அவளுடைய வசீகரத்தைக் கூட்டுகிறது. அவளுடைய ஆளுமையைத் தட்டையான படிமத்திலிருந்து மாறுபட்ட பரிமாணங்கள் கொண்ட, மாறிக்கொண்டே இருக்கும் உயிர்ப்புள்ள வடிவமாக மாற்றுகிறது.

சமூக அமைப்பும் விழுமியங்களும் அந்தக் காதலை மறக்கும்படி, குறைந்தபட்சம் ஒதுக்கிவைக்கும்படி அன்னாவிடம் சொல்கின்றன. தான் செய்வது தவறு என்றுதான் அவளும் நினைக்கிறாள். ஆனால் அவள் தன் காதலுக்கே நேர்மையாக இருக்கிறாள். அதற்கே தன்னை ஒப்புக்கொடுக்கிறாள். பொறியாகக் கிளம்பிப் பெரு நெருப்பாக வளரும் காதல் அவளை ஆட்கொண்டு வழிநடத்துகிறது. அந்த நெருப்பிற்குத் தவிர்க்க முடியாமல் தன்னை அளித்து அதன் தாக்கபூர்வமான முடிவை ஏற்று மடிகிறாள்.

விரான்ஸ்கியைச் சந்திக்கும் புள்ளி அன்னாவின் வாழ்க்கையை இரு கூறாகப் பிரிக்கிறது. மனப் போராட்டம், சஞ்சலம், தார்மிக நெருக்கடி, கடமைக்கும் உணர்வுக்கு மிடையிலான போராட்டம் என எதையுமே அன்னா அதுவரை அனுபவித்ததில்லை. விரான்ஸ்கியைச் சந்தித்த பிறகோ இவையே அவள் வாழ்க்கை என்றாகிவிட்டது. காதல் என்னும் உணர்வுதான் அவளுடைய அத்தனை நெருக்கடிகளுக்கும் காரணமாக அமைகிறது. காதலுக்கு முகம் கொடுப்பதால் எத்தனை விஷயங்களைப் பார்த்து முகத்தைத் திருப்பிக்கொள்ள வேண்டியிருக்கிறது என்பதன் உதாரணமாக மாறிவிடுகிறாள் அன்னா. காதல் தரும் பரவசம் எல்லா வலிகளையும் ஏற்றுக்கொள்ளும் வலிமையையும் துணிவையும் அளிக்கிறது.

நெருப்பு வெளிச்சத்தை மட்டும் தருவதில்லை. தான் பற்றிய பொருளை எரிக்கும் வல்லமை கொண்டது அது. அன்னாவையும் அது எரிக்கிறது. கணவன், குழந்தை, சமூக அந்தஸ்து, குடும்பக்

கடமைகள், கணவனின் சமூக அந்தஸ்தால் அவள் மேல் குவியும் கூடுதல் பொறுப்பு என்னும் சுமை ஆகிய அனைத்துக்கும் எதிராக அவளைத் திருப்புகிறது காதல். வாழ்க்கை மெதுவாக ஆனால் உறுதியாக மாறுகிறது. இனித் திரும்பிச் செல்ல வழியில்லை என்னும் இடத்திற்கு அவள் வந்துவிடுகிறாள்.

காதல் பரவசத்தை மட்டுமல்ல, வலியையும் தரும். பிரிவின் வலி, நெருக்கம் நாடும் விழைவின் வலி மட்டுமல்ல. காதலிக்கப்படும் நபரின் ஆளுமை, நடவடிக்கைகள் ஆகியவை பற்றிய சஞ்சலங்களும் சேர்ந்துகொள்கின்றன. கடமைகளைப் புறக்கணித்த குற்றவுணர்ச்சி ஒருபுறம் வாட்ட, காதலன் மீதான அதீத உடமை உணர்வு மறுபுறம் வதைக்கிறது. பொதுவெளி பாவனைகளின் மிடுக்கு, பெருந்தன்மை ஆகியவை விடைபெறுகின்றன. பொறுப்பின்மையும் பதற்றமும் அவளை ஆட்கொள்கின்றன. அவள் உருமாறுகிறாள். நிரந்தரமாக.

அன்னா செய்த ஒவ்வொரு செயலையும் எடுத்துக்கொண்டு அலசினால் நம்மில் ஒவ்வொருவரும் அவளுக்குப் பல யோசனைகளைச் சொல்லலாம். இன்னொரு பெண்ணுக்கு இதே போன்ற பிரச்சினை இருந்தால் அவளுக்கு இப்படிப் பல யோசனைகளை அன்னாவும் சொல்லியிருப்பாள். ஆனால் இத்தகைய ஆலோசனைகளையெல்லாம் கேட்ட விடாத வேகம் ஆட்கொண்ட வாழ்வு அவளுடையது. அந்த வாழ்க்கை இழுத்த இழுப்பிற்கெல்லாம் தன்னை ஒப்புக்கொடுத்து அலைக்கழிந்தவள் அன்னா.

அன்னாவின் வாழ்க்கையின் முக்கியமான தருணங்களையும் முடிவுகளையும் அவளுக்கு ஏற்படும் அனுபவங்களையும் யோசிக்க யோசிக்க அவள் மீதான அன்பு அதிகரிக்கிறது. அன்னா தவறுகள் செய்தவள்தான். ஆனால் தன் அந்தராத்மாவின் குரலுக்கு அவள் எப்போதும் செவி சாய்க்கிறாள். அதனால்தான் அவளால் காதலைப் புறக்கணிக்க முடியவில்லை. குற்றவுணர்வையும் துறக்க முடியவில்லை. இந்த இரண்டுக்குமிடையில் அலைக்கழிக்கப்படும்போது புதிதாக வேறு பல சிக்கல்கள் உருவாகின்றன. அந்தச் சிக்கல்களின் வலி தாளாமல் அவற்றுக்கு எதிர்வினையாற்றும் போதும் அவளுக்குத் தான் செய்த தவறுகள் புரியாமல் இல்லை. விழிப்புடன் இருக்கும் மனசாட்சியின் குரல் அவளை வதைக்கிறது. இதுவே அவள் எந்த நிலையிலும் நிம்மதியாக இருக்கவிடாமல் தடுக்கிறது. உணர்ச்சி வேகங்களும் இயல்பான தாகங்களும் எவ்வளவு வலிமையாக இருந்தபோதும் தன் மனசாட்சியின் குரலை ஒருபோதும் புறக்கணிக்காத தன்மையே

அன்னாவின் ஆளுமையை வரையறுக்கிறது. அவள் வாழ்வையும் முடிவையும் தீர்மானிக்கிறது. இத்தகைய சிக்கல்களோடும் போராட்டங்களோடும் உருப்பெறும் அன்னாவின் சித்திரம் நம் மனங்களில் மறக்கமுடியாமல் தங்கிவிடுகிறது.

தார்மிக விழுமியங்கள், ஒழுக்க வரையறைகள் ஆகிய வற்றில் அதீதமான நம்பிக்கையும் பிடிப்பும் கொண்டிருந்த தல்ஸ்தோய்தான் விழுமியங்களுக்கும் மானுட இயல்புகளுக்கும் இடையிலான இந்தப் போராட்டத்தை நுணுக்கி நுணுக்கி இழைத்துத் தந்திருக்கிறார். அவருக்குள் இருந்த கலைஞன் அவருக்குள் இருந்த தார்மீக நீதிபதியை வெற்றி கொண்டதன் சாட்சியாக நம் கண்முன் நிற்கிறது அன்னாவின் சித்திரம். இவ்வளவு நுணுக்கங்களுடனும் விவரங்களுடனும் சித்தரிக்கப்பட்ட பாத்திரங்கள் உலக இலக்கியங்களிலேயே அரிது. காவிய மாந்தர்களை அவர்கள் பேச்சாலும் செயல்களாலுமே நாம் அறிகிறோம். அவர்களுடைய சிந்தனைப் போக்கு நமக்கு அதிகம் தெரிவதில்லை. காவியங்கள் உளக் கூறுகளை நேரடியாகக் கையாள்வது குறைவு. நவீன இலக்கியம் உளக் கூறுகளுக்கு முக்கிய இடம் அளிக்கிறது. அதன் மூலம் ஓர் ஆளுமையின் அகமும் புறமும் துலங்கும் சித்திரங்களை அளிக்கிறது. அத்தகைய சித்திரங்களில் முதன்மையான சித்திரங்களில் ஒன்று அன்னா. அதனாலேயே மறக்க முடியாத பாத்திரங்களில் ஒன்றாக அவள் திகழ்கிறாள்.

தமிழ் நாவல் பரப்பில் பரவலாகத் தாக்கம் ஏற்படுத்திய பாத்திரங்கள் பல உள்ளன. வெகுஜன நாவல்களிலிருந்து அதிதீவிர இலக்கியம்வரை பல ரக எழுத்துக்களிலிருந்து பல பாத்திரங்களைச் சுட்டலாம். குள்ளச் சித்தன் (பாரதியார்), கந்தசாமிப்பிள்ளை (புதுமைப்பித்தன்), சோமு (பொய்த்தேவு – க.நா.சு.) என்று தொடங்கி, ஜெயகாந்தன், கு.அழகிரிசாமி, சுந்தர ராமசாமி, அசோகமித்திரன், தி.ஜானகிராமன், வண்ணநிலவன், பிரபஞ்சன், பா.சிங்காரம், ஜெயமோகன், எஸ். ராமகிருஷ்ணன், இமையம், பா.வெங்கடேசன் எனப் பல படைப்பாளிகளின் பாத்திரங்களை எடுத்துக்காட்டாகச் சொல்லலாம். இவர்களைத் தவிர, கல்கியின் வரலாற்று நாவல்களில் வரும் நந்தினி, ஆதித்த கரிகாலன், வந்தியத்தேவன், நாகநந்தி, சிவகாமி, மகேந்திர வர்ம பல்லவர் என்று பல பாத்திரங்கள் மக்கள் மனங்களில் நிலைத்திருக்கின்றன. நா.பார்த்தசாரதியின் குறிஞ்சி மலரைப் படித்துவிட்டுத் தன் ஆண் குழந்தைக்கு அரவிந்தன் என்றும் பெண் குழந்தைக்குப் பூரணி என்றும் பெயரிட்டவர்கள் பலர் (என் பெயருக்கு இது காரணம் அல்ல).

முதலிலேயே குறிப்பிட்டதுபோல என் மனதுக்கு நெருக்கமாகப் பல்வேறு பாத்திரங்களைக் குறிப்பிட முடியும்.

குறிப்பாக அசோகமித்திரனின் பாத்திரங்கள். அவருடைய பல்வேறு பாத்திரங்களின் ஆதார சுருதியைக் கச்சிதமாகப் பிரதிபலிக்கும் மானசரோவர் கோபால்ஜி என்னும் பாத்திரம். எத்தனையோ கஷ்டங்கள் இருந்தாலும் புற உலகம் பற்றியோ சக மனிதர்கள் பற்றியோ வாழ்க்கை பற்றியோ பெரிதாக எந்தப் புகாரும் இல்லாத மனிதர்களின் பிரதிநிதி இவர். வேதனைகளால் வெதும்பாமல் மகிழ்ச்சியால் துள்ளிக் குதிக்காமல், துரோகங்களைக் கண்டு சீறி எழாமல் வாழ்க்கையை அதன் போக்கில் எதிர்கொண்டு ஏற்றுக்கொண்டு வாழ்பவர்களை அசோகமித்திரனின் படைப்புகளில் அதிகம் காணலாம். “பெரியோரை” வியக்காமல் “சிறியோரை” இகழாமல் வாழ்பவர்கள். புத்திசாலிகள் என்றாலும் பிறர் மீதான தீர்ப்புகள் எதுவும் அற்றவர்கள். இருக்கும் சிறிதளவு அபிப்பிராயங்களையும் சொல்லத் தயங்குபவர்கள். தனிப்பட்ட கோபத்திற்காக எதிர்வினை ஆற்றாதவர்கள். இத்தகைய மனிதர்களின் பிரதிநிதியாக வரும் மானசரோவரின் கோபால்ஜி எனக்கு மிகவும் பிடித்தமானவர். இவரைப் பற்றி எழுதுவது என்றால் அசோகமித்திரனின் ஒட்டுமொத்தப் படைப்புகளைப் பற்றி எழுதுவதாக அது விரிந்துவிடும்.

என் மனதுக்கு மிகவும் நெருக்கமான, மறக்க முடியாத பாத்திரங்களில் சுந்தர ராமசாமியின் ஜே.ஜே. சில குறிப்புகளில் வரும் ஜோசப் ஜேம்ஸ் என்னும் ஜேஜேக்கு முக்கிய இடம் உண்டு. அன்னா அளவுக்கு முழுமையாகச் சித்தரிக்கப்படாத இந்தப் பாத்திரம் சித்தரிக்கப்பட்ட அளவிலேயே மறக்க முடியாத பாத்திரமாக என் மனதில் தங்கியிருக்கிறது.

அன்னா கரேனினாவுடன் ஒப்பிடுகையில் அளவில் மிகச் சிறிய நாவலான ஜேஜே சில குறிப்புகள், ஜேஜேயைப் பற்றி பாலு என்னும் எழுத்தாளர் தரும் குறிப்புகளாக வடிவம் பெற்றுள்ளன. ஜேஜேவைப் பற்றிய குறிப்புகளைத் தரும் பாலு அதை மிகவும் அளந்துதான் செய்கிறான். ஜேஜேவைப் பற்றிச் சொல்லும் பாலுவும் இந்த நாவலின் பாத்திரங்களில் ஒன்று என்பதால் நாவலாசிரியர்மீதுதான் இதற்குப் பழிபோட வேண்டும். அல்லது பாலுவால் இவ்வளவுதான் சொல்ல முடிகிறது என்று அவர் சொல்ல விரும்பினாரோ என்னவோ. எப்படி இருந்தாலும் ஜேஜேயின் சித்திரம் முழுமைகூடித் துலங்கவில்லை. முழுமை என்பது கற்பிதம்தான் என்பதால் விரிவான சித்திரிப்பு இல்லை என்று சொல்லலாம்.

அன்னாவின் பாத்திரச் சித்தரிப்போடு ஒப்பிடுகையில் ஜேஜேயின் சித்திரிப்பு தெளிவற்றுக் காட்சியளிக்கிறது. சுந்தர

ராமசாமியின் சொற்களையே கடன் வாங்கிச் சொல்வதானால், கொட்டும் மழையின் கண்ணாடி ஜன்னலினூடே சரசரத்து வழியும் நீரினுடே தெரியும் தொலைதூரத்து மலைபோலத் தெளிவற்றுக் காட்சியளிக்கிறது. ஜேஜேயின் காதலைப் பற்றிய சுருக்கமான சித்திரம் உள்ளது. ஆனால், அவன் கல்யாணத்தைப் பற்றி நாம் தெரிந்துகொள்ளப் போதிய தகவல்கள் இல்லை. கட்சிக்கும் அவனுக்குமான உறவின் சித்திரமும் சில தீற்றல்களுடன் முடிந்துபோகிறது. அவனுடைய பொருளாதார நெருக்கடிகள், நட்புகள், வாசிப்பு, அரவிந்தாட்ச மேனன், அய்யப்பன் முதலான ஆளுமைகளுடனான அவன் உறவு, அவர்களைப் பற்றிய அவர் மதிப்பீடுகள், இந்திய மரபு, மார்க்சியச் சிந்தனை, சமகால அரசியல், மரணம் முதலானவை குறித்த அவன் பார்வைகள் ஆகியவையும் சுருக்கமான சித்திரங்களாகவே உள்ளன. அவனைப் பற்றிய நாவலில் அவனைப் பற்றிய தெளிவான சித்திரம் இல்லை.

ஆனால், இந்த நிலையிலேயே ஜேஜே பலரையும் பாதித்திருக்கிறான். பலருக்கும் நெருக்கமானவனாக இருக்கிறான். பாதிப்பு என்பதைத் தாண்டி, ஜேஜேவாகவே தன்னைக் கருதிக்கொண்டு திரிந்தவர்களை நான் பார்த்திருக்கிறேன். சில நிகழ்வுகளையும் சிக்கல்களையும் எதிர்கொள்ளும்போது இதை ஜேஜே எப்படி எதிர்கொள்வான் என்ற யோசனை எனக்குள் வருவதுண்டு. இதேபோல யோசித்திருப்பதாக நண்பர்கள் சிலரும் சொல்லியிருக்கிறார்கள். ஜேஜே அந்தச் சமயத்தில் ஏன் அப்படிச் செய்தான், ஏன் அப்படிப் பேசினான் என்று நண்பர்கள் வட்டத்தில் விவாதங்கள் நடந்திருக்கின்றன. தன்னுடைய தந்தையையும் தாயையும் முன்வைத்துச் சமூகத்தின் வகைமாதிரி மனிதர்கள் பற்றி ஜேஜே முன்வைக்கும் சிந்தனைகள் குறித்து நான் என் நண்பர்களிடத்தில் தீவிரமாக விவாதித்திருக்கிறேன். ஜேஜேயைப் படித்த பலரும் அவனைப் பற்றி சுந்தர ராமசாமியிடம் பேசியாக வேண்டும் என்று கிளம்பிச் சென்றதுண்டு. தெளிவற்ற சித்திரமாகவே உருப்பெறும் ஜேஜேயால் இத்தகைய தாக்கத்தைச் செலுத்த முடிந்தது எப்படி?

நமக்குக் கிடைக்கும் சித்திரம் போதாமைகளோடு இருந்தாலும் அது தன்னளவில் வலுவாகவும் துல்லியமாகவும் இருப்பதுதான் இதற்குக் காரணம் என்று தோன்றுகிறது. அதாவது, சொல்லாமல் விட்ட கூறுகள் பல இருக்க, சொல்லியிருக்கும் கூறுகள் அவ்வளவு வலிமையாகச் சொல்லப்பட்டிருக்கின்றன. இதுவே அந்தச் சித்திரத்தின் தாக்கத்திற்குக் காரணம். ஜேஜே நாவலின் கருத்துத் தளத்தையும், ஜேஜேயின் கருத்துத் தளத்தையும் (இரண்டும் ஒன்றல்ல) தாண்டிச் செல்பவர்களாலும் ஜேஜேயை

மறக்க முடியாது. ஜேஜேயைப் படித்த பிறகு ஒருவரால் தன்னைச் சுற்றியுள்ள உலகையும் அதன் ஊடாட்டங்களையும் விமர்சனமின்றிப் பார்க்க முடியாது. ஒவ்வொன்றையும் விமர்சனபூர்வமாகப் பார்க்கவும் ஊடுருவி அதன் உண்மையான முகத்தைத் தரிசிக்கவுமான வேட்கையை வாசகரிடத்தில் ஏற்படுத்தக்கூடியவன் ஜேஜே. ஜேஜேயின் ஆளுமையைப் பற்றியும் அவனுடைய சிந்தனைகள், செயல்களைப் பற்றியும் நமக்குக் கிடைக்கும் மிகச் சில சித்திரங்களின் மூலமே இதைச் சாத்தியப்படுத்துகிறது சுந்தர ராமசாமியின் கலைத் திறன்.

சாலைகளில் தேவையின்றி ஓயாமல் ஒலிக்கும் ஹாரன் ஒலிகளைக் கேட்கும்போது, இவன் ஏன் இரண்டு நிமிடங்களுக்கு ஒருமுறை துப்புகிறான் என்று ஜேஜே அரவிந்தாட்ச மேனனிடம் கேட்பது நினைவுக்கு வருகிறது. அழுக்கும் ஒழுங்கற்ற ஏற்பாடுகளும் நிறைந்த நூலகங்களையும் அரசுக் கட்டிடங்களையும் பார்க்கும்போது ஜேஜேயின் அவஸ்தை நினைவுக்கு வருகிறது. கால்பந்தாட்டத்தை முறையாக ஆடத் தெரியாதவர்களைப் பற்றியும் அதற்கான மெனக்கெடலும் இல்லாதிருப்பதைப் பற்றியும் ஜேஜே வருத்தப்பட்டுக்கொள்கிறான். கிரிக்கெட் ஆடிக்கொண்டிருப்பவர்கள் ஆண்டுக்கணக்கில் ஆடியும் ஆட்டத்தின் அடிப்படைகளைக்கூடத் தெரிந்துகொள்ளாமல் இருப்பதைக் காணும்போது ஜேஜேயின் இந்த உணர்வுகள் என்னுள் எதிரொலிக்கின்றன. பழக்கத்தின் அடிமைகளாக மனிதர்கள் இருப்பது பற்றி ஜேஜே பேசுகிறான். சாலையோரங்களில் நின்று பேசுபவர்கள் தன்னுணர்வின்றி ஏதேனும் ஒரு வாகனத்தில் சாய்ந்துகொள்வதையும் அந்த வாகனத்தின் கைப்பிடி போன்ற பாகங்களைத் தம்மையறியாமல் நோண்டிக்கொண்டிருப்பதையும் பார்க்கும்போது இந்த விமர்சனத்தின் பொருள் ஆழமாக விளங்குகிறது. பேருந்தில் நிறைய இடம் இருக்கும் நிலையிலும் பதற்றத்துடன் பேருந்துக்குள் சாடி ஏறுபவர்களைப் பார்த்து ஜேஜேக்கு வரும் கேள்வி அன்றாடம் சாலைகளிலும் பெட்ரோல் நிரப்பும் மையங்களிலும் நமக்கு வரக்கூடிய கேள்விதான்.

இவை அனைத்தும் புறக் காட்சிகள் சார்ந்த சலனங்கள் என்றாலும் இவற்றுக்குப் பின்னால் இருப்பவை அகச் சிக்கல்கள். பழக்கம், தன்னுணர்வற்ற தன்மை, பாதுகாப்பின்மை, பதற்றம், மிகையான அச்சம், மிகையான சுயநலம் ஆகிய பல உளச் சிக்கல்கள் இந்தச் செயல்களுக்குக் காரணமாக இருப்பதை உணரலாம். ஜேஜேயின் பிரச்சினை ஜேஜேயின் பிரச்சினை மட்டுமல்ல, சிறிதளவேனும் தன்னைப் பற்றியும் சூழலைப் பற்றியும் விழிப்புணர்வு கொண்ட யாருக்கும் ஏற்படக்கூடிய பிரச்சினை

என்பதையும் புரிந்துகொள்ளலாம். இப்படித்தான் நமது அன்றாட வாழ்வில் ஜேஜே நம் சக பயணியாக மாறுகிறான்.

மேலே குறிப்பிட்டுள்ள அனைத்துமே சுருக்கமான கோடிகாட்டல்கள் என்றாலும் அவற்றைச் சரியான விதத்தில் எதிர்கொள்ளும் நிலையில் அவை நமக்குள் தூண்டக்கூடிய பயணம் சுருக்கமானதல்ல. அவ்வகையில் இவற்றை நெருப்புப் பொறிகளுடன் ஒப்பிடலாம். சிறிய பொறியிலிருந்துதான் பெரு நெருப்பு பிறக்கிறது. தழல் ஆற்றலில் குஞ்சென்றும் மூப்பென்றும் இல்லை. இத்தகைய தழல்களை, பொறிகளை ஜேஜேயிடம் காணலாம்.

ஜேஜேயைப் பற்றிய பல்வேறு சுருக்கமான சித்தரிப்புகளை மட்டுமே தரும் சுந்தர ராமசாமியின் செயல் கண்ணி வெடிகளைப் புதைத்துவைப்பது போன்றது. அதன் மீது கால் வைக்காத வரையிலும் பிரச்சினை இல்லை. கால் வைத்துவிட்டால் அது வெடித்துச் சிதறும், நம்மையும் வீசி அடிக்கும். ஜேஜேயில் உள்ள கண்ணி வெடிகள் அழிவை ஏற்படுத்துபவை அல்ல. அவை நம் மன வெளியில் புதிய வெடிப்புகளையும் திறப்புகளையும் புதிய தேடல்களின் அலைக்கழிப்புகளையும் ஏற்படுத்தக்கூடியவை. "ஒரு காரியத்தை மனமொப்பி ஆத்மார்த்தமாகச் செய்ய வேண்டும்; அல்லது இறந்துவிட வேண்டும். இரண்டும் எனக்குச் சாத்தியமில்லை. இதுதான் என் பிரச்சினை" என்று ஜேஜே அரற்றுவதை ஐயோ பாவம் என்று எளிதாகக் கடந்துவிடலாம். அல்லது இவன் என்னதான் சொல்கிறான் என்று ஆழமாக அலசவும் செய்யலாம். அது அவரவர் தன்மையைப் பொருத்தது. இந்த நான்கு வரிகள் வாசிப்பவர் மனதில் மிகப் பெரிதாக விரிவுகொள்ளத் தக்கவை. அதற்கு ஒருவர் தன் மனதைத் திறந்து வைத்திருக்க வேண்டும்.

"மாடுகளுக்குச் சொறிந்துகொடு, மனிதர்களுக்கு ஒருபோதும் சொறிந்துகொடுக்காதே."

"எருமைகளுக்கோ கம்பிகள் இல்லை அதிர."

என்பன போன்ற வாள் வீச்சின் மின்னல் போல ஒளிரும் கூற்றுகள் பல்வேறு தருணங்களிலும் நினைவுக்கு வந்து உற்சாகம் தரக்கூடியவை.

"எனக்குப் புறப்படும் இடம் தெரியும், போகுமிடம் தெரியாது."

என்பன போன்ற கூற்றுக்கள் கிளர்த்தும் சிந்தனைகள் தீவிரமான அகப் பயணத்தைச் சாத்தியப்படுத்தக்கூடியவை.

தடுப்பூசி குறித்த கேள்வியின் மூலம் அவன் வெளிப்படுத்தும் சிந்தனைகள் பொது வெளியில் எத்தகைய அணுகுமுறையை அவன் விரும்புகிறான் என்பதைத் தெளிவுபடுத்துகின்றன.

சித்திரங்களைத் தீட்டுவதில் இரண்டு விதங்கள் உண்டு. ஒன்று சித்திரிக்க விரும்பும் உருவத்தின் சகல அடையாளங்களையும் துல்லியமாகவும் அழுத்தமாகவும் சிறு சிறு விவரங்களுடனும் தீட்டுவது. அன்னாவைப் பற்றி தல்ஸ்தோயும் ரஸ்கோல்னிகோவ் பற்றி தாஸ்தாயேவ்ஸ்கியும் தரும் சித்திரங்கள் இத்தகையவை. இன்னொன்று, ஒரு சில கோடுகளையும் வளைவுகளையும் தந்து தரப்படாத கோடுகளையும் வளைவுகளையும் பார்ப்பவர் மனக்கண்களில் துலங்கச் செய்தல். இது ஜேஜேயைச் சித்தரிப்பதில் சுந்தர ராமசாமி கடைப்பிடிக்கும் பாணி. சித்திரங்களில் உள்ள கோடுகள் இல்லாத கோடுகளையும் உணர்த்தக்கூடியவை. நிழல்களைக் கவனமாகப் பார்க்கும்போது அவற்றின் மறு பக்கமான ஒளி நமக்குத் தரிசனமாகக்கூடும். ஜேஜேயைப் பற்றிய சிக்கனமான, சுருக்கமான சித்தரிப்பும் அந்தச் சித்தரிப்பின் இடைவெளிகளை நம் மன வெளியில் நாமே நிரப்பிக்கொள்ளும் வகையில் தரப்பட்டிருப்பதால் ஜேஜே நம் மன அரங்கில் வளர்ச்சியடையக்கூடியவனாக இருக்கிறான். நம்முடன் வசிக்கவும் பயணிக்கவும் கூடியவனாக இருக்கிறான். எனவே நமக்கு அவன் நெருக்கமாக இருக்கிறான்.

ஜேஜேயின் ஆளுமை ஒருபக்கம் நிம்மதியின்மையின் உயிருள்ள வடிவமாக இருக்கிறது. “கண்ணுக்குத் தெரியாத கம்பிகளைப் பிடித்து அவன் உலுக்கிக்கொண்டிருப்பது” போன்ற சித்திரத்தை நாவலின் பாத்திரங்களில் ஒன்றான அரவிந்தாட்ச மேனன் தருகிறார். இது ஜேஜேயின் அவஸ்தையைத் துல்லியமாகச் சுட்டும் படிமம். இந்தப் படிமத்தின் பின்னணியில் பார்க்கும்போது அவனுடைய பல கூற்றுகளை மேலும் தெளிவாகக் விலங்கிக் கொள்ள முடியும். அவனுடைய விமர்சனங்களின், அதிருப்தி களின், செயல்பாடுகளின் காரணங்களைப் புரிந்துகொள்ள முடியும். அவனுடைய ஆளுமையின் இன்னொரு முகம் ஆழமானது. சலனங்கள் அதிகம் அற்றது. முனிவர்களின் தவத்துக்கு இணையான கவனமும் அக விழிப்பும் கொண்டது. பறவைகளைப் பற்றியும் இயற்கையைப் பற்றியும் நதிகளைப் பற்றியும் கால்பந்தாட்டம் பற்றியும் அய்யப்பன் போன்ற ஆளுமைகள் பற்றியும், இயக்கச் செயல்பாடுகள் பற்றியும் அவன் எழுதும் குறிப்புகள் இதைத் துலக்கமாகக் காட்டுகின்றன. மனிதர்களின் மனதிற்குள் இருக்க வேண்டிய தாளத்தைப் பற்றி அவன் பேசும்போது விமர்சனக் கொந்தளிப்புகள் அற்ற அவனுடைய ஆழமான மனநிலையைப் புரிந்துகொள்ள முடியும்.

கடுமையான அதிருப்தியும் விமர்சனமும் கூடிய அவஸ்தையையும், ஆழ்ந்த கவனத்துடன் கூடிய அமைதியையும் ஜேஜேயின் ஆளுமையில் ஒருசேரக் காண முடிகிறது. நூலகங்கள் இருக்க வேண்டிய விதம், பூங்காவின் வடிவமைப்பு, நூல்களை அச்சிட வேண்டிய விதம், ஒரு மொழியாக்கம் எப்படி இருக்க வேண்டும் என்றெல்லாம் அவன் தன் கனவுகளையும் எதிர்பார்ப்புகளையும் முன்வைக்கும்போது சிறந்தது எது, உயர்ந்த விழுமியங்கள் எவை என்பவை குறித்த அவனுடைய மனச் சித்திரங்களைக் காண முடிகிறது. ஒரே சமயத்தில் புதுமைப்பித்தனின் யதார்த்தவாத விமர்சனமும் பாரதியின் லட்சியவாதக் கனவுகளும் அவனிடத்தில் இருப்பதையும் உணர முடிகிறது. வேறு விதத்தில் சொல்லப்போனால், இருத்தலியல் சார்ந்த ஐயங்களும் அவநம்பிக்கையும் ஒருபுறம்; மானுட வாழ்வை மேம்படுத்தும் கனவு மறுபுறம். இந்த வசீகரக் கலவையே அவனை நமக்கு நெருக்கமானவனாக ஆக்குகிறது.

நீலம், 2021

மேடை நிகழ்த்தும் மாயம்

சமகால யதார்த்தங்களைக் கலாபூர்வமாகப் படைப்பில் வெளிப்படுத்தும் கலைஞர்களில் ஒருவர் இமையம். சாதியச் சூழல், பொதுச் சமூகச் சூழல், அரசியல் கட்சிகளின் உள் விவகாரங்கள், நவீன வாழ்வின் தாக்கங்கள் என இவருடைய கதைக்களம் விரிந்து பரந்தது. இமையத்தின் எழுத்தைக் குறிப்பிட்டதொரு சமூகப் பின்புலத்தை வைத்து அடையாளப்படுத்துவது அவருடைய கதையுலகின் பன்முகத்தன்மையை அறியாத அல்லது அங்கீகரிக்க விரும்பாதவர்களின் வழக்கம். இந்நிலையில் சமகாலத்தின் முக்கியமான நாடக ஆளுமைகளில் ஒருவரான ப்ரசன்னா ராமஸ்வாமி அண்மையில் மேடையில் நிகழ்த்திய 'கதையல்ல வாழ்க்கை' என்னும் நாடக வடிவம் இமையத்தின் படைப்புலகின் பன்முகத்தன்மையைப் பிரதிபலிப்பதாக உள்ளது.

இமையத்தின் துல்லியமான சித்தரிப்புக்கள் காட்சி ஊடகக் கலைஞர்களுக்கு ஆர்வமூட்டக் கூடியவை. மன ஓட்டம் சார்ந்த அவருடைய பதிவுகள் காட்சிப்படுத்தலுக்கான தீவிரமான சவால்களை முன்வைக்கக்கூடியது. இமையத்தின் எழுத்து, குறிப்பாக உரையாடல்கள், காட்சி ஊடகத்திற்குத் தரும் சாதகங்களைப் பொருத்தமான விதத்தில் பயன்படுத்திக்கொண்டிருக்கும் ப்ரஸன்னா மன

ஒட்டங்களும் மவுனங்களும் முன்வைக்கும் சவால்களைத் தனக்கே உரிய விதத்தில் எதிர்கொள்கிறார்.

ஒரு ஊடகத்திலிருந்து இன்னொரு ஊடகத்திற்குச் செல்லும் எந்தப் பிரதியும் மாற்றத்திற்கு உள்ளாவது தவிர்க்க முடியாதது. நாடகம் அல்லது திரைவடிவத்திற்காகவென்றே எழுதப்படும் பனுவல்களும் நாடக, திரை வடிவங்களில் வெளிப்படும்போது இயக்குநரின் ஆளுமை, அரசியல், கலை நோக்கு ஆகியவை சார்ந்த சில மாற்றங்களுக்கு உள்ளாவதைக் காண முடியும். காட்சிக் கலைகளில் இயக்குநரின் படைப்பாளுமை சார்ந்த மாற்றங்கள் ஒருபுறம் இருக்க, காட்சிப்படுத்தல்கள் தரும் அனுபவம் பிரதிக்குப் புதிய பரிமாணங்களைச் சேர்ப்பதுடன் நடிகர்களின் பங்களிப்பும் கணிசமான பங்களிப்பைச் செலுத்துகிறது. ப்ரஸன்னாவின் நாடகமாக்கலில் இவை அனைத்தையும் காண முடிகிறது.

பணத்தை வாரியிறைத்து மேடையை உருமாற்றிப் பார்வையாளர்களைப் பிரமிக்கவைப்பதில் நம்பிக்கை அற்றவர் ப்ரஸன்னா. எளிமையான சில உத்திகளின் மூலம் பின்புலக் காட்சிகளைப் பார்வையாளர்கள் உணரவைத்துவிடுவதில் தேர்ந்தவர். பின்னணிக் குரல்கள் மூலம் காட்சி மாற்றங்களை விவரிக்கும் உத்தியைத் தவிர்த்துவிட்டு நாடகப் பாத்திரங்களின் வாயிலாகவே அவற்றைச் சொல்லிவிட்டுப் பனுவலுக்குள் பார்வையாளர்களைக் கூட்டிச்செல்வதில் கவனம் செலுத்துகிறார் ப்ரஸன்னா. மேடையில் பார்வையாளர்களைப் பிரமிக்கவைக்கும் காட்சி உருவாக்கங்கள் சில சமயம் சிறந்த காட்சி அனுபவத்தைத் தரக்கூடும். காட்சி ஊடகத்திற்குத் தேவையானதொரு கூறு இது என்பதை மறுப்பதற்கில்லை. எனினும் நாடகம் தரும் ஒட்டுமொத்தக் கலையனுவத்தை எடுத்துக்கொண்டால் காட்சிச் சித்தரிப்புகள் அடிப்படையில் பனுவலின் கதைக்களம் சார்ந்த நம்பகத்தன்மையை ஏற்படுத்துவதையே பிரதான நோக்கமாகக் கொண்டவை. காட்சிப்படுத்தல் தரும் பிரமிப்புகளும் அனுபவங்களும் நாடகத்தின் தாக்கத்தைக் கூட்ட உதவலாம். ஆனால், கதை என்னும் அளவிலும் கலை நோக்கிலும் வலுவற்ற பனுவலைக் கலையாக மாற்ற இத்தகைய சித்தரிப்புகள் பெரிதாக உதவுவதில்லை. கலாபூர்வமான வலுவைக் கொண்டிருக்கும் பனுவல் பின்புலச் சித்தரிப்பின் நம்பகத்தன்மை சார்ந்த சவாலை மாறுபட்ட முறையில் எதிர்கொள்ளும். ப்ரஸன்னாவின் நாடகத்தைப் போல.

வீட்டின் உட்புறம், கிராமச் சாலை, குளம், கோயில், பள்ளிக்கூடம், மாடுகளை வைத்து நடக்கும் பந்தயம் ஆகிய

காட்சிப் பின்புலங்களைச் சித்தரிக்க ப்ரஸன்னாவின் மேடை எந்த மெனெக்கெடலையும் எடுத்துக்கொள்ளவில்லை. பனுவல் ஏற்படுத்த விரும்பும் தாக்கம் இத்தகைய மெனெக்கெடல்களைக் கோரவில்லை என்று சொல்லலாம். அல்லது, இத்தகைய மெனெக்கெடல்கள் இல்லாமலேயே தாக்கத்தை ஏற்படுத்த முடியும் என்னும் நம்பிக்கையாகவும் இதைப் பார்க்கலாம். எப்படிப் பார்த்தாலும், 'செட்' என்று சொல்லப்படும் செயற்கை உருவாக்கங்களின் துணை இல்லாமலேயே கதைக்களத்தின் உணர்வை நாடகப் பிரதியும் நடிப்பும் ஏற்படுத்திவிடுகின்றன. குழந்தைகளைக் கூட்டிக்கொண்டு பள்ளிக்கு வரும் பெண் சலனமற்ற முகத்துடன் "டிசி வேணும் சார்" என்று திரும்பத் திரும்பச் சொல்லும்போது அவளுக்குப் பக்கத்தில் குழந்தைகள் இல்லை என்னும் எண்ணமே ஏற்படுவதில்லை. கதைக்குள் வரும் கோயிலையும் குளத்தையும் நடிகர்களின் குரல், நடிப்பு ஆகியவை மூலமாகவே "பார்க்க" முடிகிறது. வீட்டிலிருக்கும் ஒரு பெண், தன் வீட்டுக்கு நீண்ட காலம் கழித்து வரும் தோழியுடன் அமர்ந்து பேசும்போது அந்தக் காட்சியின் உணர்ச்சி சார்ந்த கனம் அவர்கள் உட்கார்ந்திருக்கும் இடத்தையே வீடாகக் கருத வைத்துவிடுகிறது. காட்சிச் சித்தரிப்புகளுக்கான தேவை அதிகம் உள்ள மணலூரின் கதை, நன்மாறன் கோட்டைக் கதை ஆகிய இரு பகுதிகளும் அந்தச் சித்தரிப்புகள் இல்லாமலேயே எழுத்தின் மூலமாகவும் நடிப்பின் மூலமாகவும் அந்தக் காட்சிகள் தரக்கூடிய உணர்வுகளை ஏற்படுத்திவிடுகின்றன.

நாடகமாக்கலின் இத்தகைய சாத்தியப்பாடுகள் மேலும் பல சிறந்த கதைகளைக் குறைந்த செலவில் மேடையில் நிகழ்த்தக்கூடிய சாத்தியங்களை உருவாக்குகின்றன. காட்சிச் சித்தரிப்புகள் கோரும் பெரும் செலவையும் கால அவகாசத்தையும் தவிர்க்க முடிந்தால் பல அருமையான கதைகளை நாடகங்களாக மாற்றலாம்.

○

இமையம் எழுதிய 'ஆஃபர்', 'மணலூரின் கதை', 'வீடும் கதவும்', 'நன்மாறன் கோட்டைக் கதை' ஆகிய நான்கு கதைகளையும் 'கதையல்ல வாழ்க்கை' என்னும் தலைப்பில் இயக்கியிருக்கிறார் ப்ரஸன்னா ராமஸ்வாமி. சென்னை ஆழ்வார்ப்பேட்டையில் உள்ள 'மேடை' அரங்கில் ஏப்ரல் முதல் வாரக் கடைசியில் இந்த நாடகம் அரங்கேறியது.

'ஆஃபர்', 'மணலூரின் கதை' ஆகிய இரு கதைகளும் நவீன வாழ்வின் அபத்தங்களைச் சொல்லும் கதை. 'ஆஃபர்', நுகர்வு

கலாச்சாரத்தின் இலவசங்கள் என்னும் தூண்டில் கல்வித் துறையையும் விட்டுவைக்கவில்லை என்பதைச் சித்தரிக்கிறது. 'மணலூரின் கதை', பார்வையாளர்களை இழுப்பதற்கான பரபரப்பை உருவாக்க ஊடகங்கள் "உண்மை"க் கதைகளை உருவாக்கும் போக்கையும் ஊடகங்களின்பால் மக்களுக்கு இருக்கும் மயக்கத்தையும் சொல்கிறது. இந்த இரண்டு கதைகளுமே வெளிப்படையான விமர்சனக் குரலைக் கொண்டவை. யதார்த்தத்தை மிகைப்படுத்திப் பகடி செய்வதன் மூலம் அதை விமர்சனத்திற்கு உள்ளாக்குபவை. வாசிப்பதற்கு சுவாரஸ்யமானவை. இமையத்தின் கலைத்திறனின் வலிமை கணிசமாகக் கூடிய படைப்புகள் அல்ல இவை. இந்தப் பலவீனம் நாடகப் பிரதியிலும் பிரதிபலிக்கிறது. உரையாடல்களின் செறிவு பிரதிக்கு நம்பகத்தன்மை சேர்க்க உதவினாலும் சித்தரிப்பின் அடிப்படையில் உள்ள மிகைத்தன்மை இந்தப் பிரதிகள் ஏற்படுத்தக்கூடிய தாக்கத்தைக் குறைத்துவிடுகிறது. எனினும் பிரசன்னா ராம்குமாரின் நடிப்பும் உரையாடல்களும் இந்த நாடகங்களைக் காப்பாற்றிவிடுகின்றன.

'வீடும் கதவும்', 'நன்மாறன் கோட்டைக் கதை' ஆகிய இரண்டு நாடகங்களும் கலாபூர்வமான வலிமை கூடியவை. குறிப்பாக, 'நன்மாறன் கோட்டைக் கதை' ஏற்படுத்தும் தாக்கம் மிக வலிமையானது. இமையத்தின் கதையில் உள்ள மவுனங்களும் பிரதியின் உட்கூறுகளும் நாடகத்திற்கே உரிய விதத்தில் அற்புதமாக வெளிப்படுகின்றன. ஊரை விட்டுச் செல்ல முடிவெடுக்கும் அந்தப் பெண் பள்ளிக்கூடத்தில் தன் குழந்தைகளுக்கான இடமாற்றுச் சான்றிதழைப் பெறுவதற்காக வந்து நிற்கும் காட்சி சொற்களால் சாத்தியப்படாத உணர்ச்சிகளைக் கடத்துகிறது. தன்னுடைய கோரிக்கை சாத்தியமற்றது என்ற நிலையிலும் அதைத் தொடர்ந்து வற்புறுத்தும் அந்தப் பெண் அதற்கான காரணத்தைக் கேட்கும்போது உடைந்துபோகிறாள். தனக்கு நேர்ந்த கதியை அவள் சொல்வது கேட்பவர்களின் மனசாட்சியை உலுக்குகிறது. அவள் குடும்பத்தைச் சீரழித்த சாதிய யதார்த்தத்தின் குரூரம் உறையவைக்கிறது. இமையத்தின் எழுத்தில் வலுவாக வெளிப்படும் இந்தப் பகுதியைத் தன் நாடகமாக்கத்தின் மூலம் அதிரவைக்கும் அனுபவமாக மாற்றுகிறார் ப்ரஸன்னா. கடந்த காலக் காட்சிகளை நினைவுகூர வேண்டிய தருணத்தில் நாடகப் பாத்திரங்களே உருமாறிக் காட்சிகளைச் சித்தரித்துப் பின் இயல்பு நிலை மீளும் உத்தி, பிரதிக்குள் நிகழ்த்தப்படும் தனிக்காட்சிகளுக்கு இணையான தாக்கத்தை ஏற்படுத்திவிடுகின்றன.

ஜல்லிக்கட்டு போன்ற மரபார்ந்த பண்பாட்டுக் கூறுகளுக்குப் பின்னால் இருக்கும் சாதியப் பரிமாணங்களை அம்பலப்படுத்தும் பிரதி இது. பண்பாட்டுக் கூறுகளை ஒட்டி நடக்கும் கொண்டாட்டங்களும் போராட்டங்களும் இது யாருக்கான பண்பாடு என்பதை மூடி மறைத்துவிடுகின்றன. இந்த மரபுகளுக்குப் பின்னால் இருக்கும் சாதிய வன்மத்தை முற்றிலுமாக மறைத்துவிடுகின்றன. பொது நீரோட்டத்தின் உற்சாக வெள்ளத்தின் ஆர்ப்பரிப்பு ஒடுக்கப்பட்டோரின் குரலை ஒரேயடியாக அமுக்கிவிடுகிறது. ஒதுக்கப்படுதல், "மீற"லுக்காகக்த் தண்டிக்கப்படுதல் ஆகியவை தாண்டி, தங்கள் மீதான வன்முறையைப் பற்றிக் குரலெழுப்பவும் முடியாத வகையில் ஒடுக்குமுறை தன்னை முழுமையாக நிலைநிறுத்திக் கொண்டிருக்கும் சூழலில் வாழ்ந்துகொண்டிருக்கிறோம். இத்தகைய சூழல் நிலவுகிறது என்னும் எளிய உண்மைகூடப் பெருவாரியானவர்களுக்குத் தெரியாத நிலையில் அந்த உண்மையைத் திரை விலக்கிக் காட்டும் இமையத்தின் படைப்பு எழுப்பும் அதிர்வுகள் வலுவானவை.

இந்தக் கதை எழுப்பும் சவாலை எதிர்கொண்டு ப்ரஸன்னாவின் நாடகப் பிரதி செறிவாகவும் அழுத்தமாகவும் வெளிப்படுகிறது. கணவனை இழந்த பெண் உடைந்து அழும் காட்சியும் தன் கணவன் இறந்த விதத்தைக் கூறும் விதமும் பஞ்சாயத்தில் கூடியிருப்பவர்களைப் பார்த்து எழுப்பும் கேள்விகளும் அதிர்வலைகளை ஏற்படுத்துகின்றன. ப்ரஸன்னாவின் பிரதியும் மெலடி டார்க்கஸின் நடிப்பும் இணைந்து செய்யும் மாயம் நாடகத்தை அதன் உச்சபட்ச சாத்தியத்தை நோக்கி நகர்த்துகிறது.

கல்வி, நவீனத்துவச் சிந்தனை, பரவலாகிவரும் வாய்ப்பு வசதிகள், அரசியல் தளத்தில் ஏற்பட்டுவரும் மாற்றங்கள் ஆகியவை பாலினச் சமத்துவத்தை ஓரளவேனும் சாத்தியமாக்கி யிருக்கின்றன. மாற்றங்களின் அடையாளங்கள் பொது வெளியின் சகல கூறுகளிலும் பளிச்சென்று தெரிகின்றன. கல்வி கற்கும் பெண்களின் எண்ணிக்கை, பல்வேறு துறைகளில் அவர்களுடைய இருப்பு, அதிகார அரசியலில் அவர்களுக்குக் கிடைத்திருக்கும் பங்கு எனப் பல விதங்களிலும் இதை நாம் காண முடிகிறது. ஆனால், இந்தப் போர்வையைச் சற்றே விலக்கிவிட்டுப் பார்த்தால் உண்மையான மாற்றம் இன்னமும் பல இடங்களில், பல தளங்களில் பெரிதாகச் சாத்தியப்பட்டுவிடவில்லை என்னும் யதார்த்தம் தெரிகிறது. இந்த உண்மையை அதிராத மொழியில் வலுவாகப் பேசும் கதை 'வீடும் கதவும்'. கை நிறையச் சம்பளம்

வாங்கும் வேலையில் பெண்கள் இருக்கலாம். அரசியல் பதவிகள் அவர்களுக்குக் கிடைக்கலாம். ஆனால், உண்மையான அதிகாரம் கிடைத்திருக்கிறதா என்று கேட்டால் இல்லை என்பதே யதார்த்தம். இந்த யதார்த்தத்தை வெவ்வேறு பின்னணிகளைக் கொண்ட இரு தோழிகளை வைத்துச் சொல்கிறது இமையத்தின் கதை. மிகுதியும் உரையாடலின் வழி நகரும் இந்தக் கதை வெளிப்படையாகவும் நுட்பமாகவும் பல செய்திகளைக் கூறிச் செல்கிறது. நாடகப் பிரதி இந்தக் கதையின் தாக்கத்தை அடுத்த தளத்திற்கு எடுத்துச் செல்கிறது. நடிப்பும் உரையாடல்களிடையே நிலவும் மவுனங்களும் இதைச் சாத்தியப்படுத்துகின்றன.

கதையின் ஆதாரமான செய்தி இவர்கள் இருவரின் உரையாடல்களில் வெளிப்படுகிறது. வாசிப்பின் மூலம் எளிதாக வாசகர்களைச் சென்றடையும் இந்தச் செய்தி நாடகமாக்கலில் மேலும் வலிமையோடு சென்றடைகிறது. இந்த இரு பாத்திரங்களையும் ஏற்று நடித்தவர்கள், அவர்களுடைய ஒப்பனைகளிலும் உடல் மொழிகளிலும் உள்ள மாறுபாடுகள், ஆற்றாமைகளும் நிராசைகளும் யதார்த்தத்தின் வெம்மையும் இவர்களுடைய குரல்களிலும் முக பாவங்களிலும் வெளிப்படும் விதம் ஆகியவை பார்வையாளர்களின் மனங்களைக் கசியச் செய்யக்கூடியவை. இருவருக்கிடையே சொற்களாலும் சொற்களைத் தாண்டியும் பகிர்ந்துகொள்ளப்படும் தோழமையின் இதம் நெகிழ்வூட்டுகிறது. ஜானகி சுரேஷ், ஸ்மிருதி ஆகியோரின் நடிப்பு கதைக்குக் கூடுதல் பரிமாணம் சேர்க்கிறது.

நவீன நாடகம் என வகைப்படுத்தப்பட்டாலும் ப்ரஸன்னாவின் நாடகங்கள் பின்நவீனத்துவத் தன்மை கொண்டவை. ஒற்றைப் பிரதியை மறுத்துப் பல்வேறு பிரதிகளை ஊடாடவிடுவதில் மட்டுமின்றிப் பல்லூடகங்களின் சங்கமமாகவும் பேசுபொருள் சார்ந்த பல்வேறு கூறுகளைக் கொண்டதாகவும் தன் நாடகங்களை அவர் வடிவமைக்கிறார். கதைக்கரு, கதையின் மையம் என்னும் மரபார்ந்த கருத்துக்களின் வரையறையை மாற்றும் அவருடைய பனுவல்களும் நிகழ்த்துமுறைகளும் பின்நவீனத்துவத் தன்மையுடன் பல குரல்களில் பேசுகின்றன. அவருடய நாடகங்களின் இந்தப் பொதுப்போக்கிலிருந்து விலகி நிற்கிறது ‘கதையல்ல வாழ்க்கை’. வடிவம் சார்ந்தோ கூறுமுறைகள் சார்ந்தோ பெரிதாகப் பரிசோதனைகளில் ஈடுபடாத இமையத்தின் கதைகள் கதையம்சத்தின் வலுவிலும் கையாளும் யதார்த்தங்களின் வீரியத்திலும் நிற்பவை. சித்தரிப்பின் துல்லியத்திலும் எதைச் சொல்ல வேண்டும், எதைச் சொல்ல வேண்டாம் என்னும் தேர்விலும் கதையைத் தானாக நிகழவிடுவதிலும் இமையத்தின்

கலைத்திறன் இருக்கிறது. நாடகமாக்கலில் இத்தகைய பிரதி கோரும் வடிவத்தைக் கைக்கொண்டுள்ள ப்ரஸன்னா, தனது கலைத்திறனின் வேறொரு பரிமாணத்தை இங்கே வெளிப்படுத்துகிறார். பல்வேறு பிரதிகள் ஊடாடும் நாடகப் பனுவல்களுக்கும் ஒற்றைப் பிரதியைச் சார்ந்த நாடகப் பனுவலுக்குமான வேறுபாட்டை இதன் மூலம் துலக்கமாக வெளிப்படுத்துகிறார்.

கதைகளை வாசிப்பதில் கிடைக்கும் அனுபவத்தைக் காட்டிலும் மாறுபட்ட அனுபவத்தைத் தரும்போது மட்டுமே கதைகளின் நாடக, திரை வடிவங்கள் தமக்கான நியாயத்தைக் கொண்டிருக்கும். மூலத்திற்கான மதிப்பைச் சிறிதும் குறைக்காமல் தனக்கான நியாயத்தை நிலைநிறுத்திக்கொண்டிருக்கும் ப்ரஸன்னாவின் இந்த நாடகம் மேலும் பல இலக்கியப் பிரதிகள் செறிவான நாடகங்களாக மாறுவதற்கான பாதையை வகுத்திருக்கிறது.

காலச்சுவடு, 2022

ஆனந்த் எதிர்கொண்டுள்ள சவால்

‘தி இந்து தமிழ்’ நாளிதழின் தொடக்கக் காலத்தில் அதன் இணைப்பிதழ்களுக்கான பல்வேறு பகுதிகள் குறித்து ஆலோசித்துவந்தோம். இளைஞருக்கான இணைப்பிதழில் இளைஞர் களுடனான உரையாடலாக ஒரு பத்தியை ஏற்படுத்த வேண்டும் என்று நினைத்தோம். அளவற்ற ஆற்றலும் உத்வேகமும் பேராவலும் குழப்பங்களும் நிரம்பிய இளமைப் பருவத்தின் சிக்கல்களைப் பற்றிய உரையாடலாக அது அமைய வேண்டும் என முடிவுசெய்தோம். இளஞர்கள் மனம் திறந்து பேசவும் அவர்களுடைய மன அரங்குகளில் புதிய கதவுகளைத் திறக்கவும் இந்தப் பத்தி உதவ வேண்டும் என நினைத்தோம்.

யாரை வைத்து இந்தப் பத்தியைத் தொடங்கலாம் என யோசித்தபோது முதலில் நினைவுக்கு வந்த பெயர்களில் ஒன்று கவிஞர் ஆனந்த். இத்தகைய உரையாடல்களைத் தன் அன்றாட வாழ்வின் பகுதியாகவே அமைத்துக்கொண்டிருக்கும் ஆனந்த் இதற்குப் பொருத்தமாக இருப்பார் என்று பட்டது.

பொதுவாகவே உறவுச் சிக்கல்களைப் பற்றிய பத்திகள் அறிவுரைகளால் அல்லது உத்தரவு களால் நிரம்பியிருக்கும். கேட்பவர் குறித்த கறாரான விமர்சனங்கள் அல்லது கேட்பவரைக் குற்றமற்றவராகச் சித்தரிப்பது ஆகிய அதீதங்கள் தலைகாட்டும். சில ஆலோசகர்கள் பழமைவாதக் கருத்துக்களை மனநலம், பாதுகாப்பு என்னும்

போர்வையில் முன்வைப்பார்கள். சிலர் உறவுகள் சார்ந்த விழுமியங்களுக்கோ சமூக வாழ்வுக்கோ மதிப்பளிக்காமல் தனிநபர் சுதந்திரத்தைத் தட்டையான முறையில் முன்னிறுத்துவார்கள். பழமை, நவீனம், தனி நபர் சுதந்திரம், குடும்ப அமைப்பு, சமூக அமைப்பு ஆகிய அனைத்து அம்சங்களையும் சமநிலை கொண்ட மனதுடன் கணக்கில் எடுத்துக்கொண்டு பிரச்சினைகளை அணுகும் பார்வைகள் அரிதானவை. ஆனந்தின் பார்வை அத்தகையது என்பதால் அவர் இதற்குப் பொருத்தமானவர் என்று தோன்றியது.

உளவியல் மருத்துவர்கள், உளவியல் ஆலோசகர்கள் ஆகிய சிலர் மிகவும் பக்குவமான முறையில் பிரச்சினைகளை அணுகுவதை ஊடகங்களில் காண முடிகிறது. எனினும், உளவியல் கோணத்தையும் தாண்டிய சில கோணங்கள் படைப்பாளிகளிடம் காணக் கிடைக்கும். நவீன உளவியலின் தந்தை எனக் கருதப்படும் சிக்மண்ட் ஃப்ராய்ட் ஃபியோதர் தாஸ்தாயேவ்ஸ்கியை ஊன்றிப் படித்துவந்ததன் காரணம் இதுதான். படைப்பாளிகளின், கலைஞர்களின் அணுகுமுறை பல சமயம் தர்க்கத்துக்கு அடங்காதது. அல்லது அதன் தர்க்கத்தைப் பலராலும் தெளிவாக உணர முடியாது. உளச் சிக்கல்கள் சார்ந்த கலைஞனின் பயணம் அறிவியலாளர் அல்லது உளவியல் மருத்துவரின் பயணத்தினின்றும் வேறானது. ஒரு படைப்பிலிருந்து தேர்ந்த வாசகர் ஒருவர் கண்டடையக்கூடிய பல விஷயங்களை அந்தப் படைப்பாளியாலேயே தெளிவாகச் சொல்லவோ விளக்கவோ முடியாமல் இருக்கலாம். ஆனந்த் இந்த விஷயத்தில் நாம் காணக்கூடிய விதிவிலக்குகளில் ஒருவர். அவர் உளவியல் ஆலோசகராகவும் இருக்கும் படைப்பாளியாதலால் இரண்டு அணுகுமுறைகளின் வலிமையும் கூடிய அலாதியான அணுகுமுறையாக அவருடைய அணுகுமுறை உள்ளது. அந்த வலிமையை இந்த நூலில் ஒவ்வொரு பக்கத்திலும் தெளிவாக உணரலாம்.

ஆனந்த் இளைஞர்களின் சிக்கல்களைப் பரிவோடு அணுகுகிறார். தன்னுடைய தீர்ப்புகளையோ தீர்மானங்களையோ அவர்கள் மீது சுமத்துவதில்லை. வெளியிலிருந்து அவர்களுடைய பிரச்சினைகளை அணுகாமல் கூடியவரையிலும் அவர்களுடைய பின்புலத்தைக் கணக்கில் எடுத்துக்கொண்டு அவர்களுடைய கோணத்திலிருந்து அவர்களுடைய பிரச்சினைகளை அணுகுகிறார். என்ன செய்ய வேண்டும் என்ற பரிந்துரைப் பட்டியலை அவர்கள் முன் நீட்டுவதில்லை. என்ன செய்ய வேண்டும் என்னும் முடிவை அவர்களே எடுக்க அவர்களுக்கு உதவுகிறார்.

ஆனந்த் இதை எப்படிச் செய்கிறார்? மனக் குழப்பத்துடன் தன்னிடம் வரும் ஒருவரின் நிலையைப் புரிந்துகொண்டு அந்த நிலைமையை ஒரு சித்திரமாக மாற்றி அவர் முன் வைக்கிறார். ஒருவர் தன்னுடைய சிக்கலின் தன்மைகளை, முரண்களை, பிறழ்வுகளைத் தானே பார்க்கும் வண்ணம் அந்தச் சித்திரம் அமைகிறது. தனக்குள் இருப்பது என்ன, தன்னைச் சுற்றி நடப்பது என்ன என்பதை ஓரளவேனும் தெளிவாகப் பார்க்கும் ஒருவரால் தனக்கு ஏற்பட்டுள்ள சிக்கலின் தன்மைகளையும் பார்க்க இயலும். அப்படிப் பார்க்கும்போது சிக்கலில் தன் பங்கு என்ன, அதிலிருந்து விடுபடும் வழி என்ன என்பதையும் தன்னளவிலேயே தீர்மானித்துக்கொள்ள இயலும்.

பிரச்சினைக்குள்ளான ஒருவர் தனது சிக்கலைத் தெளிவாகப் பார்க்க ஆனந்த் உதவிசெய்கிறார். சுய விமர்சனத்துக்கும் மதிப்பீட்டுக்கும் பாதை அமைத்துத் தருகிறார். அந்தப் பார்வையின் தெளிவே சிக்கலை எதிர்கொள்வதற்கான வழிமுறையை அடையாளம் காட்டிவிடுகிறது. சிக்கலை நேருக்கு நேர் தெளிவாகத் தரிசிப்பதும் பாவனைகள் இன்றி எதிர்கொள்வதும்தான் முக்கியம். இவை இரண்டும் சாத்தியமானால் தீர்வு தானாகவே உதயமாகும். ஆனந்த் சாத்தியப்படுத்துவது இதைத்தான்.

ஒவ்வொரு பிரச்சினையைத் தீர்க்க ஒவ்வொரு வழிமுறை அல்லது ஒரு சில தீர்வுகள், முயற்சிகள் என்னும் அணுகுமுறையே தவறானது என்றும் ஒரு பார்வை உள்ளது. பல்வேறு சிக்கல்களிலிருந்து விடுபட ஆழமான பொருளில் மன மாற்றம் முக்கியமானது என்பது எல்லோருக்கும் தெரியும். மன மாற்றம் என்பது வலிந்த முயற்சியாக அல்லாமல், ஆழ்ந்த சுய உணர்தலின் விளைவால் இயல்பாக முகிழ்க்கும் நிகழ்வாக இருக்க வேண்டும். திணிக்கப்பட்ட மாற்றங்கள் தற்காலிகத் தீர்வைத் தரலாம். ஆழத்தில் அது எந்த மாற்றத்தையும் ஏற்படுத்தாது. ஆழத்தில் ஏற்படாத எந்த மாற்றமும் நிலைத்து நிற்காது. போதனைகளும் பயிற்சிகளும் பலனின்றிப்போவதன் காரணம் இதுதான்.

சுய உணர்தலை அல்லது சுய தரிசனத்தை, அதற்கு ஆதாரமான பார்வையை வரித்துக்கொள்வதே மனித வாழ்வு பக்குவமாவதற்கான வழி. தனிப்பட்ட வாழ்க்கையும் கூட்டு வாழ்க்கையும் பரஸ்பர இணக்கத்துடன் அல்லது குறைந்தபட்ச முரண்களுடன் இணந்து பயணிப்பதற்கு அடிப்படை தனி மனிதர்களின் சுய தரிசனம். மெய்யான சுய தரிசனம். பூச்சுக்களும் பாவனைகளும் சுயநல வேட்கைகளும் அற்ற தரிசனம்.

இந்த தரிசனத்தை அடையும் மனம் அழுக்குகளில் உழலாது. சக மனிதர்களை மேலென்றும் கீழென்றும் கருதாது. தன்னுடைய

சுயநலத்தை முன்னிறுத்திச் சூழலில் மோதல்களை ஏற்படுத்தாது. இத்தகைய மனங்கள் பெருகும்போது மேலான சக வாழ்வு சாத்தியமாகும். எந்தத் தனி மனிதரின் பிரச்சினையும் தனிப்பட்ட பிரச்சினை அல்ல. அது மொத்த மனித இனத்தின் பிரச்சினை. சமூக ரீதியிலானதாக நான் அடையாளம் காணும் பிரச்சினைகளும் ஒவ்வொரு தனி நபரின் பிரச்சினைகள்தாம். எதையும் பிரித்துப் பார்க்க இயலாது. இந்நிலையில் ஒரு தனி நபர் தன்னுடைய பிரச்சினைகளின் ஊற்றுக்கண்ணை அறிவது என்பது ஒட்டு மொத்த மனித குலத்தின் பிரச்சினையின் ஊற்றுக்கண்ணை அறிவதுதான். அந்த அறிதலுக்கான கண்ணைத் திறக்க உதவுவதுதான் ஒரு வழிகாட்டியின் முன் உள்ள சவால். கவிஞராகவும் மானுடத்தின்மீது அக்கறை கொண்ட உளவியல் ஆலோசகராகவும் ஆனந்த் எதிர்கொண்டிருப்பது இந்தச் சவாலைத்தான். அதைப் பொறுப்புணர்வுடனும் பக்குவத்துடனும் மனித மனம் குறித்த ஆழமான புரிந்துணர்வுடனும் எதிர்கொண்டிருப்பதன் சாட்சியமே இந்த நூல்.

ஆனந்தின் நூலுக்கு எழுதிய முன்னுரை

ஒதுக்கப்பட்ட விளிம்பு நிலைக் குழந்தைகளும் நூல்களும்

ஒதுக்கப்பட்ட விளிம்பு நிலைக் குழந்தைகளிடம் எந்த எழுத்துகளைக் கொண்டுசெல்ல வேண்டும் என்னும் தலைப்பு எனக்குக் கொடுக்கப்பட்டிருக்கிறது. பொது நூலகங்களை நோக்கி என்னும் பொருள் சார்ந்து நடக்கும் கலந்துரையாடலில் இந்தத் தலைப்பின் பொருத்தத்தை முதலில் யோசிக்க வேண்டியிருக்கிறது. கிட்டத்தட்ட எல்லாத் தலைப்புகளும் பொது நூலகங்கள், அந்த நூலகங்களுக்கு வாசகர்கள் வருகை ஆகியவை குறித்து இருக்க, இந்தத் தலைப்பு மட்டும் எழுத்து குறித்ததாக இருக்கிறது.

விளிம்பு நிலைக் குழந்தைகளுக்கான எழுத்து என்று யோசிப்பதே பிழைபட்ட பார்வையாகத் தெரிகிறது. பொது நீரோட்டத்தில் இருக்கும் குழந்தைகளுக்கு அவர்களுடைய வயது, வகுப்பு, சமூகப் பின்புலம் சார்ந்து எத்தகைய நூல்களை, எழுத்துகளைக் கொண்டுசெல்வோமோ அதே அணுகுமுறையைத்தான் விளிம்பு நிலைக் குழந்தைகள் விஷயத்திலும் கடைப்பிடிக்க வேண்டும். இதில் பாகுபாடு எதுவும் தேவையில்லை. பொது அமைப்புகளுக்கும் விளிம்பு நிலைக் குழந்தைகளுக்கும் இடையே இடைவெளி இருக்கும் நிலையில் அந்த இடைவெளியை எப்படி நீக்குவது என்பதைப் பற்றித்தான் நாம் யோசிக்க வேண்டும். அவர்களுக்கான எழுத்து, அவர்களுக்கான நூல்கள் என்று பிரிக்கத் தேவையில்லை. அனைவருக்குமான

எழுத்து, அனைவருக்குமான நூல்கள் ஆகியவை அவர்களிடம் போய்ச் சேராதது ஏன் என்பது குறித்துத்தான் யோசிக்க வேண்டும். இந்தக் குறைபாட்டைக் களையும் வழிகளைப் பற்றித்தான் சிந்திக்க வேண்டும்.

விளிம்பு நிலை மக்களிடத்தில், குறிப்பாக மாணவர்களிடத்தில், வாசிப்புப் பண்பாட்டை வளர்த்தெடுப்பது எப்படி என்பதாக இந்தத் தலைப்பை, இந்தக் கருத்தரங்கின் கருப்பொருள் சார்ந்து நான் புரிந்துகொள்கிறேன். பொது நூலகங்களுக்கும் அவர்களுக்கும் இடையில் உள்ள இடைவெளியை இணைக்கக்கூடிய பாலங்களை பற்றிய யோசனையாக இதை நான் நீட்டித்துக்கொள்கிறேன்.

விளிம்பு நிலை மக்களின் நிலை பொது நூலகங்களை நோக்கி என்பது போன்ற பொதுவான தலைப்புகளில் நாம் விவாதிக்கும்போதும் விளிம்பு நிலை மக்களின் நிலை குறித்தும் தனிக் கவனம் கொடுத்து விவாதிக்க வேண்டியுள்ளது என்பதில் ஐயமில்லை. காரணம், நமது சமூகத்தின் யதார்த்தம். இந்தியாவில் பொது வெளி எனச் சொல்லப்படும் பல இடங்களில் சிலருக்கு மட்டும் நுழைவு மறுக்கப்பட்ட வரலாறு நமக்கு உள்ளது. இன்னமும் மறுக்கப்படும் சமகால யதார்த்தமும் நம் கண் முன் உள்ளது. மறுக்கப்படும் இடங்கள் சமூக மாற்றங்களாலும் சட்டங்களாலும் சுருங்கிவந்தாலும் இன்னும் பல இடங்களும் பல வசதிகளும் பல வாய்ப்புகளும் விளிம்பு நிலை மக்களுக்கு எட்டாக் கனியாகவே இருந்துவருகிறது.

இன்று சட்டத்தின் பக்கங்களில் எல்லாமே சாத்தியமாகி விட்டாலும் நடைமுறையில் இன்னமும் முழுமையாக இந்த வாய்ப்பு வசதிகள் அனைவருக்கும் சாத்தியப்படவில்லை. உதாரணமாக, தாழ்த்தப்பட்டோருக்கெனச் சட்டப்படி ஒதுக்கப்பட்ட ஊராட்சி மன்றங்களில்கூட அவர்களால் போட்டியிடவோ பதவி ஏற்கவோ முடியாத நிலை இன்னும் சில இடங்களில் இருப்பதைப் பார்க்கிறோம். பல இடங்களில் வெளிப்படையாகத் தடை என்று இல்லாவிட்டாலும் அந்த இடம் கட்டமைக்கப்பட்டிருக்கும் சூழல் பலரையும் விலக்கிவைத்திருப்பதையும் பார்க்கிறோம். நூலகங்களை அந்த வகையில் சேர்த்துவிட முடியாது என்றாலும், நூலகங்கள் விளிம்பு நிலை மக்கள், குறிப்பாகக் குழந்தைகள் எளிதாக அணுகும் நிலையில் இல்லை என்பதே யதார்த்தம்.

விளிம்பு நிலை என்று சொல்லும்போது அதைச் சாதி அல்லது பொருளாதார வசதி சார்ந்து மட்டும் புரிந்துகொள்ளும் விபத்து அடிக்கடி ஏற்பட்டுவிடுகிறது. சாதி, பாலினம், உடல் குறைபாடு, தொழில், மொழி, பொருளாதாரம் எனப் பல விதமான கூறுகள்

விளிம்பு நிலையைத் தீர்மானிக்கின்றன. பொது நீரோட்டம் அல்லது மைய நீரோட்டம் என்னும் வகைமைக்குள் வர இயலாத, அதிலிருந்து ஒதுக்கப்பட்ட பிரிவினர் பலர் இதுபோன்ற கூறுகளால் கட்டுப்படுத்தப்பட்டிருக்கிறார்கள். பொது நூலகம் எதிலும் யாரும் நுழைய அதிகாரபூர்வமாக எந்தத் தடையும் இல்லை. ஆனால், நடைமுறையில் இது எப்படி இருக்கிறது? இரண்டு கால்களும் செயலிழந்த ஒருவரால் எத்தனை பொது நூலகங்களுக்குள் சென்றுவர முடியும்? நமது கட்டிடங்கள் அதற்கேற்ப வடிவமைக்கப்பட்டிருக்கின்றனவா? திருநங்கை ஒருவரால் எந்தப் பொது நூலகத்துக்குள்ளும் இயல்பாகச் சென்றுவரக்கூடிய நிலையில் நமது சூழல் இருக்கிறதா? ஆங்கிலம் அறியாத ஒருவர் பொது நூலகங்கள் சிலவற்றில் எதிர் கொள்ளக்கூடிய சிக்கல்கள் பற்றி நாம் யோசித்திருக்கிறோமா? சமூக ரீதியில் பின் தங்கிய நிலையில் இருக்கும் சிறுவர் சிறுமியரைச் சௌகரியமாக உணரவைக்கும் சூழல் எத்தனை நூலகங்களில் உள்ளது? அதிகாரபூர்வமான முறையில் எந்தத் தடையும் இல்லை. ஆனால், நடைமுறையிலுள்ள தடைகளே அதிகம்.

நூலகத்தின் பயன்பாடு என்ன, நூலகத்தை எப்படிப் பயன்படுத்த வேண்டும் என்று பொது நீரோட்டத்தில் உள்ள பலருக்கும்கூடச் சரியாகக் கற்பிக்கப்படாத சூழலில்தான் நாம் வாழ்ந்துகொண்டிருக்கிறோம். நூலகப் பயன்பாடு குறித்த பொதுவான பயிற்சியும் பழக்கமும் அமைப்பு ரீதியாகவோ முறைசாராத விதங்களிலோ இங்கே முன்னெடுக்கப்படவில்லை. மேற்கொள்ளப்படும் சில முயற்சிகளும் விதிவிலக்குகளாகவே இருக்கின்றன. நூலகப் பயன்பாடு குறித்த பொதுவான விழிப்புணர்வு அதிகரிக்கப்பட வேண்டிய அதே நேரத்தில் இந்தத் திட்டத்துக்குள் விளிம்பு நிலை மக்களுக்கான அணுகுமுறைக்குத் தனிக் கவனமும் கொடுக்க வேண்டியிருக்கிறது.

பொதுவாக நமது நூலகங்கள் விளிம்பு நிலை மக்கள் என்றில்லை, யார் வந்தாலும் வேண்டாத விருந்தாளியாக நடத்தும் நிலையையே அதிகம் காண்கிறோம். நூலகங்களின் உள்கட்டமைப்பு, பணியாளர்களின் எண்ணிக்கை, பணிக் கலாச்சாரம், நூலகர்களின் பயிற்சி, நூல்கள் ஒழுங்கு படுத்தப்பட்டுள்ள விதம், அலமாரிகளின் நீள அகல உயரங்கள், குடிநீர், கழிவறை வசதி, உணவக ஏற்பாடு, வாகன நிறுத்தத்துக்கான வசதி எனப் பல வகைகளிலும் நூலகங்கள் மாறியாக வேண்டும். ஏதாவது ஒரு நூலோ அல்லது தகவலோ வேண்டுமென்றால் யாரைக் கேட்பது என்னும் குழப்பம் நூலகத்துக்குள் நுழைபவர்களுக்கு ஏற்படும் பொதுவான அனுபவம். இந்தப் பொதுவான சிக்கல்களுடன் விளிம்பு நிலை மக்கள் மேலும் பல

சிக்கல்களையும் எதிர்கொள்கிறார்கள். இவை அனைத்தையும் சேர்த்து யோசிக்க வேண்டிய நிலையில் நாம் இருக்கிறோம்.

உடல் குறைபாடுள்ளவர்கள், மொழிக் குறைபாடு உள்ளவர்கள், சமூக ரீதியாகப் பின்தங்கியவர்கள், பொது வெளியில் புழங்குவதற்கான பழக்கம் அற்றவர்கள், பாலினச் சிறுபான்மையினர் ஆகியோர் இயல்பாக உணரும் வகையில் நமது நூலகங்களின் உள்கட்டமைப்பையும் சூழலையும் பணிப் பண்பாட்டையும் மாற்றியமைக்க வேண்டிய தேவை இருக்கிறது. குழந்தைகள் நூலகத்துக்கு வந்தால் அவர்களுக்கு இணக்கமான முறையில் வழிகாட்ட வேண்டிய பொறுப்பை உணர்ந்து அங்குள்ள பணியாளர்கள் செயல்பட வேண்டும். குழந்தைகள் நூலகத்துக்குள் இயல்பாக உணரும் சூழலை உருவாக்க வேண்டும். இந்த மாற்றங்கள் நிகழ்ந்தாலன்றி விளிம்பு நிலையிலுள்ள குழந்தைகளால் நூலகங்களைப் பயன்படுத்த முடியாது.

இத்தகைய அடிப்படையான மாற்றங்களைச் செய்த பிறகு, குழந்தைகளைக் கவரக்கூடிய சூழலை உருவாக்குமாறு நாம் நூலகங்களிடம் கோரிக்கை வைக்கலாம். தங்களுக்கான நூல்களை அவர்கள் எளிதில் கண்டடையும் விதத்தில் நூலக வடிவமைப்பில் மாற்றங்கள் செய்ய வேண்டும். அங்கே உள்ள நூல்கள் அவர்களுடைய அறிவுத் தேடல், கற்பனை வளம் ஆகிய இரண்டுக்கும் தீனிபோடும் வகையில் இருக்க வேண்டும். நூல்களைப் பிறர் உதவியின்றி எடுக்கவும் வைக்கவும் கூடிய விதத்தில் அவை அடுக்கப்பட்டிருக்க வேண்டும். குழந்தைகளின் வாசிக்கும் இடம் பெரியவர்களின் வாசிக்கும் இடத்தைப் போல அல்லாமல், குழந்தைகளுக்கு ஏற்ப வடிவமைக்கப்பட்டிருக்க வேண்டும். எத்தனை நூலகங்களில் இதுபோன்ற வடிவமைப்பு இருக்கிறது என்பதை நாம் ஆய்வுசெய்து பார்த்து உரிய நடவடிக்கைகளை மேற்கொள்ள வேண்டும்.

நூலகங்களின் கட்டமைப்பையும் பணிச் சூழலையும் மாற்றுவது ஒருபுறம் இருக்க, நூலகங்களை விளிம்பு நிலை மக்களிடத்தில் கொண்டுசெல்வது குறித்தும் நாம் யோசிக்க வேண்டியிருக்கிறது. இத்தகைய மக்கள் அதிகம் இருக்கும் இடங்களில் நூலகங்களை அமைத்தல், நடமாடும் நூலகங்களை அவர்களிடம் கொண்டுசெல்லுதல் ஆகிய முயற்சிகளை முன்னெடுக்க வேண்டும்.

நூலகங்களுக்கு அதிகம் வராத, வர இயலாத, குழந்தைகளிடம் அவற்றை எடுத்துச்செல்வது, நூல்களை அவர்களுக்கு அறிமுகப்படுத்துவது, நூல்களின் பயன்களை எடுத்துச் சொல்வது, அவர்களுக்குப் பிடித்த விஷயங்களிலிருந்து தொடங்கிப் பயனுள்ள

விஷயங்களை நோக்கிப் படிப்படியாக இட்டுச் செல்வது, நூல்களை அடிப்படையாகக் கொண்டு விளையாட்டுகளையும், போட்டிகளையும் நடத்துவது ஆகிய முயற்சிகளை மேற்கொள்வது மிகுந்த பலன் அளிக்கும். பேச்சுப் போட்டி, கட்டுரைப் போட்டி என்று வழக்கமான முறையில் போட்டிகள் நடத்தி அலுப்பூட்டாமல் விளையாட்டாக நூல்களை அணுகும் விதத்தில் புதிய வழிகளைக் கண்டுபிடிக்க வேண்டும்.

கண் கவரும் நூல்களையும் பார்த்தாலே பிரமிக்கக்கூடிய நூல்களையும் அவர்களுக்குத் தர வேண்டும். நூல் என்பது அறிவு, நூல் என்பது அழகு, நூல் என்பது பெருமை என்னும் எண்ணங்கள் அவர்களுக்கு வர வேண்டும். படங்கள் அதிகம் உள்ள நூல்களைத் தர வேண்டும். எளிமையாக எழுதப்பட்ட நூல்களைத் தர வேண்டும்.

வரலாறு, சமூகவியல், அறிவியல் ஆகியவற்றைக் காட்டிலும் கதைகளுக்கு முக்கியத்துவம் தர வேண்டும். கதைகளினூடே அறிவுத்துறைகளை அறிமுகப்படுத்தும் நூல்களை அவர்களிடத்தில் எடுத்துச்செல்ல வேண்டும். அத்தகைய நூல்களைத் தேடித் தேடி வாங்கிவைக்க வேண்டும். இல்லையேல் உருவாக்க வேண்டும். நூல்கள் தொடர்பாக நாம் எடுக்கும் ஒவ்வொரு நடவடிக்கையும் அதன் பயனர்கள் சார்ந்து யோசித்துச் செய்வதாக இருக்க வேண்டும். கிடைத்ததை வைத்து ஒப்பேற்றும் உத்தி இனி உதவாது. தேவை என்னவோ அதைத் தர வேண்டும். முதலில் கள ஆய்வு செய்து தேவையைக் கண்டறிய வேண்டும்.

நூல்களை வெறுமனே கொடுத்துவிட்டு வருவதால் எந்தப் பலனும் இல்லை. நூல்களை எளிமையாக அறிமுகப்படுத்த வேண்டும். நூல் எதற்காக என்று சுருக்கமாகச் சொல்ல வேண்டும். இதற்காக நாம் பள்ளிக்கூடங்களுக்குப் போகலாம். வீடு வீடாகப் போகலாம்.

உரக்க வாசித்தல் என்பது முக்கியமான ஒரு உத்தி. குழந்தைகளிடம் நூலைக் கொடுத்துப் படிக்கச் சொல்வதற்கு முன்பு ஏதேனும் ஒரு பகுதியை உரக்க அழகாக வாசித்துக் காட்ட வேண்டும். தேவைப்பட்டால் வாசித்ததை விளக்கிச் சொல்ல வேண்டும். வாசிப்பால் உயர்ந்தவர்களின் கதைகளைச் சொல்ல வேண்டும். உண்மையான வளர்ச்சி என்பது வாசிப்பின் மூலம், அறிவின் மூலம் சாத்தியம் என்பதை எடுத்துக்காட்டுக்களுடன் கூற வேண்டும்.

இது இணைய யுகம். எல்லாமே இணையத்தில் கிடைக்கக்கூடிய காலகட்டம். இணையத்தில் வாசிப்பது பரவலாகிவருகிறது. வாசிப்பை வளமாக்க இணையத்தை எப்படிப்

பயன்படுத்துவது என்பதைச் சொல்லிக்கொடுக்க வேண்டும். வளர்ந்த மாணவர்களின் அனுபவங்கள் இதில் பயன்படக்கூடும். அத்தகையவர்களை உடன் அழைத்துச் சென்று அவர்களோடு உரையாடச் செய்யலாம்.

எழுத்தாளர்களை அழைத்துச்சென்று குழந்தைகளுக்குக் கதை சொல்லும்படி கேட்டுக்கொள்ளலாம். அத்தகைய கதைகளை அதிகம் தெரிந்துகொள்ள நூல்களைப் படிக்கும்படி அந்த எழுத்தாளரே சொல்லும்போது அதற்குப் பலன் இருக்கும். ஒரு கதை, ஒரு புத்தகம், ஒரு உரையாடல் என்று மாதத்துக்கு ஒருமுறை எழுத்தாளர் நிகழ்ச்சி அமைந்தால் குழந்தைகளிடம் வாசிப்புப் பழக்கம் உருவாகும், வளரும்.

குழந்தைகளைப் பற்றி யோசிக்கையில் குழந்தைகளின் நிலையிலிருந்து யோசிக்க வேண்டும். அவர்களோடு மனம் திறந்து உரையாடுவதன் மூலம் அவர்களுக்கு என்ன வேண்டும் என்பதைத் தெரிந்துகொள்ள முடியும். அவர்களிடம் நமது திட்டங்களைத் திணிப்பதைத் தவிர்த்துவிட்டு, கலந்துரையாடலின் மூலம் இயல்பாக அவர்களிடம் நூல்களை எடுத்துச்செல்ல வேண்டும்.

பொதுவாகவே குழந்தைகளுக்கான நூல்கள் என்னும்போது, கண்கவரும் வடிவமைப்பு, எளிமை, தகவல்களைக் காட்டிலும் கதைகளுக்கும் கற்பனைக்கும் முக்கியத்துவம் தரும் பாங்கு, தகவல்களையும் அறிவுசார் அம்சங்களையும் கதை வடிவில் தரும் நூல்கள் என நமது அணுகுமுறை இருக்க வேண்டும். கற்பனையின் வழியே வரும் அறிவு என்பது குழந்தைகளுக்கு இயல்பான கல்வியாக இருக்கும்.

விளிம்பு நிலைக் குழந்தைகள் நூலகங்களை நோக்கி வர வேண்டுமானால் அப்படி வரவிடாமல் தடுக்கும் அனைத்து விதமான கூறுகளையும் சீராக்க வேண்டும். அவர்களை நாடி நாம் செல்லும்போது அவர்களுடைய தேவை அறிந்து, நிலை அறிந்து அவர்களோடு நாம் உரையாட வேண்டும். கதைகள், உரையாடல்கள், விளையாட்டுகள், போட்டிகள், பரிசுகள் என்று அவர்களுக்கு ஊக்கமும் உற்சாகமும் ஊட்டும் வகையில் நம் அணுகுமுறை இருந்தால் நூல்களுக்கும் விளிம்பு நிலைக் குழந்தைகளுக்கும் இடையே உள்ள இடைவெளி குறையும்.

உரையின் எழுத்து வடிவம், 2018

மொழி

அச்சம் தவிர்

கூகிள் தேடுபொறியில் இன்று ஆங்கிலத்தில் *Kamal Haasan* என்று தட்டச்சு செய்தால் அது நாம் அடித்து முடிப்பதற்கு முன்பே கமல் ஹாசன் எனத் தமிழில், தமிழ் வரிவடிவில், காட்டிவிடுகிறது. இதுபோலவே பல சொற்களும் தேடுபொறியில் தமிழ் வரிவடிவில் தாமாகவே தோன்றுகின்றன. இணையத் தொழில்நுட்பத்தில் தர்க்கத்துக்கு அப்பாற்பட்ட அதிசயம் எதுவும் கிடையாது என்பது அனைவருக்கும் தெரியும். தமிழ் வரிவடிவில் எண்ணற்ற தமிழ்ச் சொற்களை ஏற்கனவே உள்ளிட்டு வைத்திருந்தால்தான் இப்படித் தோன்றுவது சாத்தியமாகும். தமிழுக்காக, தமிழருக்காக கூகிள் தேடுபொறி நிறுவனத்தினர் செய்துவைத்திருக்கும் வசதி இது.

இன்று இணையத்தில் தமிழ் வரிவடிவில் தமிழைத் தட்டச்சு செய்வதற்கான வசதிகள் ஏராளமாக உள்ளன. இவை நாம் அடிக்க விரும்பும் சொற்களை முன்னூகித்து நமக்கான தேர்வுகளை வழங்குகின்றன. அம் என்று அடித்ததுமே அம்மா என்னும் சொல் கீழே தோன்றுகிறது. கணக் என்று நாம் அடிப்பதற்குள் கணக்கு, கணக்கியல் எனப் பல தேர்வுகள் தோன்றுகின்றன. இவையும் முன்னரே உள்ளிட்ட சொற்கள்தாம். கைபேசிகளிலும் தமிழ் வரிவடிவில் தமிழைப் படிக்கவும் அடிக்கவும் வசதி உள்ளது.

மைக்ரோசாஃப்ட் நிறுவனமோ ஆப்பிள் நிறுவனமோ தமிழ்ச் சேவை செய்வதற்காக இவற்றைச் செய்யவில்லை என்பது வெளிப்படை.

பல்வேறு மொழிகளுக்கும் இத்தகைய சேவைகளை இந்நிறுவனங்கள் வழங்குகின்றன. தங்கள் வாடிக்கையாளர்களைத் திருப்திப்படுத்துவதில் கண்ணும் கருத்துமாக இருப்பது நிறுவனங்களின் தன்மை. வாடிக்கையாளர்களின் தொழில் சார்ந்த அம்சங்களை மட்டுமின்றி மொழி, சமயம் உள்ளிட்ட அவர்களுடைய பண்பாட்டுத் தேவைகளையும் ஆர்வங்களையும் நிறைவேற்றுவது வர்த்தகத்திற்கு உதவும் என்பதால் நிறுவனங்கள் இவற்றுக்கும் முக்கியத்துவம் அளிக்கின்றன. இந்த அடிப்படையில்தான் உலகம் முழுவதும் உள்ள பல்வேறு பண்பாட்டுக் கூறுகளும் மொழிகளும் அதி நவீன தகவல் தொழில்நுட்பங்களின் செயலிகளில் இடம்பெறுகின்றன.

உலகம் முழுவதும் பரந்திருக்கும் தமிழர்களை அவர்களது மொழியின் மூலம், அவர்களுக்கேயான வரிவடிவத்தின் மூலம் அணுகுவது தனது வர்த்தகத்திற்குப் பெரிதும் துணை செய்யக்கூடியது என்பது மைக்ரோசாஃப்ட், ஆப்பிள் போன்ற நிறுவனங்களின் தமிழ் சார்ந்த முனைப்புகளின் முக்கியமான காரணி. இதே காரணம்தான் கார்ட்டூன் நெட்வொர்க், டிஸ்கவரி போன்ற தொலைக்காட்சிகள் தமிழில் பேசுவதற்கும் காரணம்.

தமிழர்களின் எண்ணிக்கை, அவர்களுடைய பொருளாதார வலிமை, நவீன தகவல் தொழில்நுட்ப அம்சங்களுடன் அவர்களுக்கு இருக்கும் நெருக்கம் முதலான பல காரணங்களால் இந்தச் சூழல் உருவாகியிருக்கிறது. இருபது ஆண்டுகளுக்கு முன்புவரை இந்த நிலை இல்லை. வாழ்வாதாரத்திற்குத் தமிழ் உதவாது என்னும் நிலையில் தமிழர்களே தமிழ் படிக்கவும் தமிழில் படிக்கவும் அதிக ஆர்வம் காட்டாமல் இருந்தார்கள். அறிவு, வேலைவாய்ப்பு, சமூக அந்தஸ்து எனப் பலவும் ஆங்கிலத்துடன் மட்டுமே தொடர்புடையதாக இருந்தன. எனவே படித்த, வசதி படைத்த மேல்தட்டு மக்களும் அவர்களைப் போலவே ஆக வேண்டும் என்று துடிக்கும் நடுத்தர வர்க்கமும் தமிழால் பலனில்லை என்னும் முடிவுக்கு வந்தது. வாழ்வாதாரம், அந்தஸ்து சார்ந்த சூட்சுமமான கணக்குகள் காலப்போக்கில் ஏற்படுத்திய தாக்கம் இது. பண்பாடு ஆழமானதுதான். ஆனால் பொருளாதாரம் வீரியமானது. எந்த ஒரு பண்பாட்டுக் கூறும் வயிற்றுக்குச் சோறிடும் திராணி இல்லையேல் தாக்குப் பிடிப்பது கடினம்.

இந்த நிலை தொண்ணூறுகளில் மாறத் தொடங்கியது. தமிழும் சோறு போடும் என்னும் நிலை உருவானது. பல்வேறு வழிமுறைகளால் பொருளாதார வளர்ச்சி பெற்ற தலைமுறை யினரின் பொருளாதாரம் சார்ந்த பதற்றம் குறைந்ததும் பண்பாட்டு வேர்கள் மீது அவர்களது கவனம் திரும்பியது. அதே சமயத்தில் தொலைக்காட்சி, இணையம் உள்ளிட்ட ஊடகங்கள் தமிழிலும்

பெருகியதால் தமிழின் பொருளாதார மதிப்பு உயர்ந்திருக்கிறது. இனிமேலும் தமிழ் என்பது வெறும் பழம் பெருமை அல்ல. அது இன்று நமக்கு உதவும் கருவி. வயிறாரச் சாப்பிட, கேளிக்கைகளை அனுபவிக்க, வீடு வாங்க, உதவக்கூடிய ஒரு கருவி. ஏற்கனவே இருந்த பழம்பெருமை சார்ந்த நினைவுகளும் புதிய வலிமையும் சேர்ந்து தமிழின் அந்தஸ்தையும் மதிப்பையும் உயர்த்தியிருக்கின்றன. இன்று தமிழ் சார்ந்து இயங்குவது என்பது வெறும் குறியீட்டு மதிப்புக் கொண்டதல்ல. அது உங்கள் வங்கிக் கணக்கோடு சாதகமான முறையில் நேரடித் தொடர்புகொண்டது.

இந்த வளர்ச்சிதான் உலகைத் தமிழின் பக்கம் திரும்பிப் பார்க்கவைத்திருக்கிறது. உலகளாவிய ஊடக நிறுவனங்கள் தமிழின் பொருள் சார்ந்த சமகால முக்கியத்துவத்தை உணர்ந்து தமிழர்களுடன் தமிழில் பேசவும் தமிழ் வரிவடிவில் அவர்களுடன் உறவாடவும் தொடங்கியிருக்கின்றன. தகவல் தொழில்நுட்பத்தைத் தமிழர்கள் பயன்படுத்திக்கொண்ட விதத்தாலும் தமிழர்களின் இன்றைய பொருளாதார பலத்தாலும் அவர்களுடைய அரசியல், சமூக அந்தஸ்தாலும் தமிழ் உணர்வாலும் விளைந்த வெற்றி இது.

இந்த வெற்றியைக் கொண்டாட வேண்டிய தருணம் இது. தமிழின் நடைமுறை சார் பயனை மேலும் மேலும் வளர்ப்பதன் மூலம் தமிழின் வலுவையும் வீச்சையும் வளர்க்கும் உத்வேகத்தைப் புதுப்பித்துக்கொள்ள வேண்டிய தருணம் இது.

தமிழ் வழிக் கல்விக்கான வரவேற்பும் பள்ளிகளில் தமிழ் படிப்பதற்கான ஆர்வமும் குறைந்துள்ளன என்பன போன்ற பிரச்சினைகள் இருக்கின்றன. ஆனால் தமிழின் பயன் மதிப்பைப் பெருக்குவதன் மூலம் இந்தப் பிரச்சினைகளை எதிர்கொள்ளலாம். கடந்த இருபது ஆண்டுகளில் தமிழின் எல்லைகள் விரிவடைந்துள்ளதைப் பார்க்கும்போது தமிழின் பிரச்சினைகளைத் தீர்க்க முடியும் என்னும் நம்பிக்கையே ஏற்படுகிறது. இணையத்தின் வருகைக்குப் பின் தமிழில் பல விஷயங்கள் சாத்தியமாகியிருக்கின்றன. ஆண்டாளின் பாடல்களையோ 'வதனமே சந்திர பிம்பமோ' என்னும் பாடலின் வரிகளையோ படிக்க நூலகத்துக்குச் சென்று தேட வேண்டிய அவசியம் இல்லை. பெரு வெடிப்புப் பற்றித் தமிழில் படிக்கவும் மார்ட்டின் லூதர் கிங் ஜூனியரின் புகழ்பெற்ற உரையைத் தமிழில் படிக்கவும் மெனக்கெட வேண்டியதில்லை. தமிழில் காமக் கதைகளைப் படிக்க முட்டுச் சந்துக்குள் சென்று சரோஜாதேவி புத்தகத்தை வாங்கி வேட்டிக்குள் மறைத்து எடுத்துவர வேண்டியதில்லை. எல்லாம் இணையத்தில் கிடைக்கின்றன. தமிழின் சாத்தியங்களைக் கற்பனை செய்ய முடியாத அளவுக்குப் பரவலாக்கியிருக்கிறது இணைய வெளி.

தமிழ் முன் எப்போதையும்விட இப்போது திறன்கூடியிருக்கிறது. இந்தத் திறனைக் கொண்டு தமிழை மேலும் வளர்க்க முடியும் என்பதே யதார்த்தம்.

அடுத்த தலைமுறை தமிழைப் படிக்க ஊக்குவிக்கப் புதுப்புது வழிமுறைகளைக் காணத்தான் வேண்டும். ஆனால் அது நம்மால் முடியாத ஒன்றல்ல என்பதை அண்மைக் கால வரலாறே சொல்கிறது. தொண்ணூறுகளுக்கு முன்பு தமிழில் பேசக்கூடத் தயங்கிய தமிழின் ஒரு பிரிவினர் இன்று காட்சி ஊடகங்களில் தமிழை வெளுத்துவாங்குகிறார்கள். கோடிக்கணக்கான பணம் இந்தத் துறையில் புழங்குகிறது. தமிழின் பயன் மதிப்பு கூடியிருப்பதன் விளைவு இது. இந்தப் பயன் மதிப்பை மேலும் மேலும் கூட்டிக்கொண்டே சென்றால் தமிழைப் படிக்கும் ஆர்வம் தானாக வரும்.

இத்தகைய சூழ்நிலையில் தமிழையோ அதன் செறிவான வரிவடிவத்தையோ விட்டு விலக வேண்டிய அவசியம் இல்லை. தமிழை வேறு வரி வடிவத்தில் படிப்பதை வசதியாகச் சிலர் கருதக்கூடும் என்றால் அதை எண்ணிப் பதற்றமடையத் தேவையில்லை. வரிவடிவ மாற்றம் என்னும் யோசனையை காந்தி, நேரு, பெரியார் உள்ளிட்ட பலர் முன்வைத்திருக்கிறார்கள். ஆனால் அவர்கள் சொன்ன காலகட்டத்தின் அரசியல், சமூகப் பின்புலங்களிலிருந்து அதைப் பிரித்துப் பார்க்க முடியாது. அந்தப் பின்புலங்கள் இன்று மாறிவிட்டன. எனவே இன்றுள்ள நிலையைக் கணக்கில் கொண்டே இதை அணுக வேண்டும்.

இன்றுள்ள நிலை தமிழுக்கும் தமிழ் வரிவடிவத்துக்கும் உலக அளவில் மதிப்புக் கூடிய நிலை. நவீன தொழில்நுட்பத்துக்கேற்பத் தமிழ் தன்னைப் பல விதங்களிலும் தகவமைத்துக்கொண்டிருக்கும் காலம் இது. இந்த வலிமையை அதன் அடுத்த கட்டத்துக்கு நகர்த்திச் செல்ல வேண்டியதைப் பற்றித்தான் இன்று கவலைப்பட வேண்டும்.

தமிழின் பயன் மதிப்பைக் கூட்டவும் அதன் எல்லைகளை விரிவுபடுத்தவுமான முயற்சிகளும் வளர்ச்சிகளும் தொடரும் பட்சத்தில் தமிழுக்கான ஆதரவு நாம் எதிர்பாராத இடங்களிலிருந்தும் வரும். நாம் நம்பிக்கையோடு பயணத்தைத் தொடரலாம். உலகம் துணை நிற்கும். உடன் வரும்.

தி இந்து தமிழ், நவம்பர் 2013

சொல்லக் 'கூடாத' சில வார்த்தைகள்

சமீபத்தில் வெளிவந்த படமொன்றின் இடைவேளை நேரத்தில் ஒரு நண்பருடன் பேச நேர்ந்தது. படத்தை அவர் வெகுவாகப் பாராட்டினார். பாராட்டிக்கொண்டே வந்தவரின் முகம் சட்டென்று மாறியது. "ஆனால் பாருங்க சார், இந்த 'இது'வை வெச்சிக் காமெடி பண்றாங்களே அதுதான் சார் சகிக்கல" என்றார்.

"எதுவை வெச்சி?" என்று கேட்டேன்.

நண்பர் அக்கம்பக்கம் பார்த்துக் கொண்டார். பத்து அடி சுற்றளவுக்கு வேறு யாரும் இல்லை என்றாலும் நண்பர் என் காதருகே வந்து, "அதான் சார், குசு விடறத வெச்சிக் காமெடி பண்றாங்களே, அதச் சொல்றேன்" என்றார்.

அவர் சொன்ன அந்தக் காட்சி, ரசக் குறைவான காட்சி என்பதில் சந்தேகமில்லை. ஆனால், அந்த வார்த்தையைச் சொல்ல இவ்வளவு ஏன் சங்கோஜப்படுகிறார் என்று புரியவில்லை. மலச்சிக்கல் பிரச்சினையை மையமாக வைத்து எடுக்கப்பட்ட 'பிக்கு' என்னும் இந்திப் படம் நினைவுக்கு வந்தது. நண்பர் அதைப் பார்த்தால் என்ன ஆவார்?

சில ஆண்டுகளுக்கு முன்பு இதேபோன்ற ஒரு அனுபவம். படம் பார்த்துவிட்டு வந்த ஒரு நண்பர் கொதித்துப்போயிருந்தார். "என்ன சார் இது, இவ்ளோ ஆபாசமா படம் எடுக்கறாங்க, கொஞ்சமாவது டீசன்ஸி வேணாமா?" என்று பொங்கினார்.

சமூகத்தின் அடித்தட்டில் இருக்கும் மனிதர்களைக் கதை மாந்தர்களாகக் கொண்ட படம் அது. கதைப்போக்கை ஒட்டி ஓரிரு இடங்களில் பீ, மூத்திரம் போன்ற சொற்கள் இடம்பெற்றிருந்தன. அவைதாம் நண்பரின் கோபத்துக்குக் காரணம். அந்தச் சொற்கள் ரசக் குறைவாகப் பயன்படுத்தப் படவில்லை. இயல்பாக, மக்களின் அன்றாட வாழ்வின் சொல்லாடல்களின் ஒரு பகுதியாக, படைப்பூக்கத்துடன் இடம்பெற்றிருந்தன.

படைப்பில் எது ஆபாசம், எவை தவிர்க்க வேண்டியவை என்பதெல்லாம் அவ்வப்போது விவாதிக்கப்பட்டு, மறுவரையறைக்குள்ளாவது தவிர்க்க முடியாதது. வெகு மக்களுக்கான வெளிகளில் புழங்கும் படைப்புகளில் பாலியல் சொற்கள் / செயல்களின் பயன்பாடு மிகவும் கட்டுப்படுத்தப் பட்டதாகவே இருக்கும் என்பது புரிந்துகொள்ளக்கூடியது தான். ஆனால், சிலருக்கு ஒவ்வாமையை ஏற்படுத்தும் சில சொற்களையும் பாலியல் சொற்களின் ரகத்தில் சேர்த்துவிடுவது ஆபத்தானது. அதன் மூலம் 'கெட்ட வார்த்தை'களின் எண்ணிக்கை தான் பெருகும். அத்தகைய சொற்கள் காலப்போக்கில் வசைச் சொற்களாகவும் ஆகிவிடும். 'விலக்கப்பட்ட கனி'களின் மீது ஆர்வம்கொள்வது இயல்புதானே?

வாயு பிரிதல், சிறுநீர் கழித்தல் போன்ற இயல்பான விஷயங்களுக்கு நேர்ந்த கதி இதுதான். இப்படியேபோனால், இருமல், சளி, தும்மல், புரையேறுதல் போன்றவையும் 'விலக்கப்பட்ட கனி'களாகிவிடும். இவற்றைப் பற்றிய வசனங்களும் காட்சிகளும் 'ஆபாச'மாகிவிடும். நமது படைப்புகள் வரவேற்பறையின் அழகியலுக்குள் மட்டுமே புழங்கத் தொடங்கி விடும். வரவேற்பறை என்பது நாம் மற்றவர்களுக்குக் காட்ட விரும்பும் அம்சங்கள் மட்டுமே உள்ள இடம். சமையலறை, சாப்பாட்டு அறை, படுக்கை அறை, வாசிப்பு அறை, புழக்கடை, கழிவறை எனப் பல அம்சங்களுக்கும் நம் வாழ்வில் இடம் உண்டு. வரவேற்பறையை மட்டுமே பிரதிபலிக்கும் படைப்புகள் தட்டையாகவும் வண்ணங்கள் அற்று செயற்கையாகவும் இருக்கும்.

இந்தப் போக்கு நமது மரபில் இருப்பதாகத் தெரியவில்லை. மக்கள் மத்தியில் புழங்கும் பழமொழிகள், சொலவடைகளில் உடல் உறுப்புகள் பற்றிய கொச்சை வழக்குகள் சகஜமாகப் புழங்குகின்றன. 'குளத்து மேல கோவிச்சிக்கிட்டு குண்டி கழுவ மறந்த கதையாக,' என்னும் சொலவடை ஓர் உதாரணம். இதில் வெளிப்படும் கூர்மையான விமர்சனமும் உளவியல் நுட்பமும் அபாரமானவை. இப்படி நூற்றுக்கணக்கானவற்றைச் சுட்டலாம். இத்தகைய சொற்களை அருவருத்து ஒதுக்குவதன் மூலம் நமது சொற்களஞ்சியத்தின் முக்கியமானதொரு பகுதியை ஒதுக்கிவிடுகிறோம். மொழியின் வண்ணங்களைக் குறைத்து அதற்கு வெள்ளையடிக்கிறோம்.

ஆங்கிலேயர் ஆட்சிக் காலத்தில் விக்டோரியா காலத்து மதிப்பீடுகள் நம்மிடையே பரவின. ஆங்கிலேயப் பொதுப் பண்பாடு கறாரான சம்பிரதாய வரையறைகள் கொண்டது. ஒருவரைச் சந்திக்கும்போது எப்படிப் பேச வேண்டும், ஒரு விழாவை அல்லது பொதுச் சந்திப்பை எப்படி நடத்த வேண்டும், எப்படி விருந்து மேசையில் சாப்பிட வேண்டும், எப்படிச் சிரிக்க வேண்டும் என்று எல்லாவற்றையும் கறாராக வரையறுத்து வைத்திருக்கும் சமூகம் அது. நாகரிகம், நாசூக்கு, சம்பிரதாயங்கள், முறைசார் பழக்க வழக்கங்கள் என எல்லாவற்றையும் அது வரையறுத்து வைத்திருக்கிறது.

ஆட்சியாளர்களை அடியொற்றிய பண்பாடு அடிமைச் சமூகத்தில் உருவாவதில் வியப்பில்லை. ஆங்கிலேயர்களைப் பல விதங்களிலும் நகல் செய்த இந்திய மேட்டுக்குடியினர், அதன் தாக்கத்தில் நமது பொதுவெளியின் பண்பாட்டையும் கறாராக வரையறுக்கத் தொடங்கினார்கள். பெரும்பாலும் மேட்டுக்குடியினரின் பிடியிலேயே இருந்த கலை சாதனங்களும் ஊடகங்களும் இவற்றைப் பிரதிபலித்தன. இயல்பான பல சொற்கள் அருவருக்கத் தக்கவையாக மாறத் தொடங்கின. பொதுவெளியில் புழங்கும் சொற்களின் மீது செயற்கையான நாகரிக முலாம் பூசப்பட்டது. ஒரு சிலரது கண்ணோட்டத்தில் உருவான தூய்மைவாதம் பொதுவான அளவுகோலாக மாறியது. பொதுப் பண்பாட்டின் அலகுகள் மீது மேட்டுக்குடியினர் செலுத்திவந்த ஆதிக்கமே இதைச் சாத்தியமாக்கியது. எல்லாத் தூய்மைவாதங்களும் இன, சாதியக் கண்ணோட்டங்களைப் பிரதிபலிப்பவை என்பதையும் இங்கே நினைவுபடுத்திக்கொள்வது, நம் சமூகத்தில் இந்தப் போக்கு நிலைபெற்ற விதத்தைப் புரிந்துகொள்ள உதவும்.

தொண்ணூறுகளுக்குப் பிந்தைய சூழலில் சில மாற்றங்கள் ஏற்பட்டன. மைய நீரோட்ட மதிப்பீடுகளையும் அழகியலையும் மறுத்த பின்நவீனத்துவப் போக்கு, மக்களிடையே புழங்கிவந்த பல சொற்களை மீட்டெடுத்தது. விளிம்பு நிலை மக்கள், அவர்தம் பண்பாடுகள், சொல்லாடல்கள் ஆகியவை படைப்புலகில் இடமும் மதிப்பும் பெற்றன. பெண்கள், சிறுபான்மையினர், தலித்துகள் உள்ளிட்ட சமூகத்தின் பல்வேறு பிரிவினரும் படைப்புலகிலும் ஊடகங்களிலும் அதிகமாக இடம்பெறத் தொடங்கியதை அடுத்து, தூய்மைவாத அழகியலும் வரையறைகளும் கேள்விக்கு உட்படுத்தப்பட்டன. வெகுசனக் கலை வடிவமான திரைப்படத்திலும் அதன் பிரதிபலிப்புகளைப் பார்க்க முடிகிறது. கானா பாடல்கள் இடம்பெறத் தொடங்கின. பல்வேறு வட்டார வழக்குகள் துல்லியமாக ஒலிக்கின்றன. திருநங்கைகள் கேலிக்குள்ளாக்கப்படுவது குறைந்துள்ளது.

பொது வெளிக்கான நடத்தைகளைக் கறாராக வரையறுத்த ஒழுக்கவியலைப் பின்பற்றும் ஆங்கிலேயச் சமூகம், படைப்புகளில் அத்தகைய தூய்மைவாதத்தைக் கடைப்பிடிப்பதில்லை. பொது வெளியில் ஆங்கிலேயச் சமூகம் கடைப்பிடிக்கும் சமத்துவம், நிர்வாகச் சீர்முறைகள், பொதுச் சொத்துக்கள், பொதுச் சேவைகள் குறித்த பொறுப்புணர்வு ஆகியவற்றை இந்தியச் சமூகம் பெரிதாகக் கற்றுக்கொள்ளவேயில்லை. ஆனால், முறைசார் பண்பாட்டின் மேட்டுக்குடித் தூய்மைவாதத்தை இயன்றவரையிலும் எல்லாத் துறைகளிலும் கடைப்பிடிக்கும் முனைப்பு மட்டும் இங்கே காணப்படுகிறது.

சில சொற்களைப் புனிதப்படுத்துதல், சிலவற்றை விலக்கிவைத்தல் ஆகிய இரண்டுமே ஒரே மனநிலையின் இரு பரிமாணங்கள். இரண்டுமே வாழ்வின் இயல்புக்கும் படைப்பூக்கத்துக்கும் எதிரானவை. சமத்துவ உணர்வை மறுப்பவை. புனிதப்படுத்துதலும் அசிங்கப்படுத்துதலும் சில சொற்களின் தன்மைகளையே மாற்றிவிடும். புனிதம் அல்லது அசிங்கப்படுத்தப்பட்ட சொற்களை இயல்பாக யாரேனும் பயன்படுத்தும்போது அது உணர்ச்சிக் கொந்தளிப்புகளை ஏற்படுத்தும். ஏற்கெனவே பல சொற்கள் இத்தகைய 'அந்தஸ்'தைப் பெற்றுவிட்ட நிலையில் இவற்றைக் கூட்டாமல் இருப்பது உத்தமம்.

வரவேற்பறை அழகியல் முக்கியமானதுதான். திட்டமிட்ட, பிசிறற்ற முறைசார் நிகழ்வுகளுக்கும் சமூகத்தில் முக்கிய இடம்

உண்டு. ஆனால், ஒட்டுமொத்த சமூகமும் வரவேற்பறை அழகியலிலும் முறைசார் நிகழ்வுகளிலும் முடங்கிப்போக முடியாது. நமக்கான அழகியல் நமது வாழ்வியலிலிருந்து உருவாக வேண்டும். வாழ்வின் பன்முக வண்ணங்களை அவற்றின் இயல்பில் சித்தரிக்கும் படைப்புகள் அற்ற ஒரு சமூகம் தன்னைத்தானே செயற்கையாக வரையறுத்துக்கொள்கிறது. தனக்குள் என்ன இருக்கிறது என்பதைப் பார்க்க மறுக்கிறது. பன்முகத்தன்மைக்கோ பன்முகப் பார்வைக்கோ இடம் தராத இத்தகைய அணுகுமுறைகள் படைப்பில் மட்டுமல்ல, சமூகத்திலும் படைப்பூக்கத்தைச் சிதைத்துவிடும்.

தி இந்து தமிழ், 2016

மொழியைத் துரு ஏறச்செய்யும் பொன்னாடை!

ஜெயலலிதாவின் மரணத்துக்கான இரங்கல் செய்திகளில் கவனத்தைக் கவர்ந்தது அந்த வரி:

'சந்தியாவின் மகளாகப் பிறந்தவர் இந்தியாவின் மகளாக இறந்தார்'. தொலைக்காட்சியின் அடியில் ஓடிய இந்த வரிகளைப் படித்ததும் ஒரு பெயர் மனதில் பளிச்சிட்டது. அடுத்த சில நொடிகளில் எதிர்பார்த்தபடியே அந்தக் கவிஞர் பெயர் திரையில் தோன்றியது.

32 ஆண்டுகளுக்கு முன்பு இந்திரா காந்தி படுகொலை செய்யப்பட்டபோது தமிழ் வார இதழ் ஒன்று அட்டையிலேயே அவருக்கான அஞ்சலிக் 'கவிதை'யை வெளியிட்டிருந்தது. அந்தக் 'கவிதை' இப்படி முடிந்தது: 'பிரியதர்சினி உன்னையும் பிரிய நேர்ந்ததே'. இந்திரா காந்தியின் முழுப் பெயர் இந்திரா பிரியதர்சினி என்பது இங்கு நினைவுகூரத் தக்கது.

ஓசைநயம் என்பது மொழியின் அழகான அம்சங்களில் ஒன்று. எந்த விஷயத்தையும் சற்றே ஓசை நயத்துடன் சொல்லும்போது கேட்க நன்றாக இருப்பதுடன் மனதிலும் பதிகிறது. மரபுக் கவிதை வடிவங்கள் ஓசை நயமும் தாளக் கட்டும் கொண்டு அமைந்திருப்பவை. எளிதில் வசீகரிக்கவும் நினைவில் வைத்துக்கொள்ளவும் இந்த வடிவம் மிகவும் உதவிகரமானது.

அச்சுத் தொழில்நுட்பம் வந்த பிறகு நினைவில் வைத்துக்கொள்ள வேண்டிய தேவை குறைந்தது.

ஓசை நயம் போன்றவை கவிதையிலிருந்து விடைபெறத் தொடங்கின. நவீனத்துவத்தின் கருத்தியல் பாதிப்பும் இத்துடன் சேர்ந்துகொள்ள, அலங்காரமும் செய்யுள் தன்மையும் துறந்து உரைநடைத் தன்மையை கவிதை பெறத் தொடங்கியது. யதார்த்த வாழ்வுக்கு நெருக்கமாகக் கவிதை வந்ததும் மொழியலங்காரங்கள் கவிதையை விட்டு விலகியதும் கிட்டத்தட்ட ஒரே சமயத்தில் நிகழ்ந்தது தற்செயலானதல்ல. இவை இரண்டுக்கும் இடையில் கருத்தியல் சார்ந்த தொடர்பு உள்ளது.

மரபுக் கவிதை வழக்கொழிந்துபோனதற்கு அச்சுத் தொழில்நுட்பம் மட்டும் காரணமல்ல. நவீனத்துவக் கருத்தியலின் முக்கியக் கூறான அலங்காரம் தவிர்த்த யதார்த்தப் பார்வை முனைப்புப் பெற்றதுதான் முக்கியமான காரணம். உலகம் முழுவதிலும் ஏற்பட்ட இந்த மாற்றத்தைத் தமிழில் பாரதியார் தொடங்கி வைத்தார். இந்தப் போக்கு சிற்றிதழ் சார்ந்த படைப்பாளிகளால் முன்னெடுக்கப்பட்டது.

பின், அதன் எளிமை காரணமாகச் சமூகத்தின் சகல தரப்புகளையும் தழுவிப் பரவியது. மரபுக் கவிதையைக் கைவிட்டவர்கள் அனைவரும் நவீனத்துவப் பார்வையால் தாக்கம் பெற்றவர்கள் என்று சொல்ல முடியாவிட்டாலும், அடுக்கு மொழி போன்ற அலங்காரங்கள் காலத்துக்கு ஒவ்வாதவை என்னும் பார்வை பரவலாக ஏற்றுக்கொள்ளப்பட்டது.

என்றாலும் திராவிட இயக்கத்தைச் சேர்ந்த எழுத்தாளர்களும் பேச்சாளர்களும் மொழியின் அலங்காரத்தைக் காப்பாற்றிவருகிறார்கள். நவீனத்துவப் பார்வையின் அடிப்படையிலான பகுத்தறிவுவாதத்தை ஆவேசமாக முன்னிறுத்திய அதே பிரிவினர், வழக்கொழிந்து போன பழமையின் அடையாளமான மொழியலங்காரத்தைத் தூக்கிப் பிடித்தது கருத்தியல்ரீதியான முரண். நவீனத்துவப் பார்வையை முழுமையாக உள்வாங்காத போக்கையே இது காட்டுகிறது. நவீனத்துவம் சகல நிலைகளிலும் அறிவியல் பார்வையையும் சமத்துவத்தையும் முன்னிறுத்துவது. அதிகார அடுக்குகளைக் காப்பாற்றும் நிலப்பிரபுத்துவ மதிப்பீடுகளையும் மன்னர் காலத்து பாவனைகளையும் முற்றாகத் துறக்காமல் முன்வைக்கப்படும் பகுத்தறிவுவாதம் மேலோட்டமான கோஷமாகவே தங்கிவிடும்.

கவிதைக்கான மொழியின் மீது படிந்துவிட்ட பல்வேறு சுமைகளிலிருந்து அதை விடுவித்து, செயற்கையான அலங்காரம் தவிர்த்த கவித்துவத்தைக் கண்டடைவது புதுக்கவிதையின் தோற்றத்துக்கு முக்கியக் காரணம். இந்தப் பிரக்ஞையற்ற மனம் புதுக்கவிதையை அணுகும்போது யாப்பிலிருந்து விடுபட்டாலும்

அலங்காரங்களைத் துறப்பதில்லை. மரபுக் கவிதையிலிருந்து புதுக்கவிதைக்கு மாறிய பலரது ஆக்கங்களில் இதைக் காணலாம். இந்த அலங்காரங்கள் மொழியின் முன்னோக்கிய பயணத்தையும் யதார்த்தத்துடன் அதற்கிருக்கும் உறவையும் பாதிக்கின்றன.

"மூன்று படி லட்சியம், ஒரு படி நிச்சயம்" என்னும் வாசகம் தேர்தல் வாக்குறுதியை நிறைவேற்ற இயலாமையை மொழி அலங்காரத்தின் மூலமாக மூடி மறைப்பதைக் காண முடியும். "நேரு மகளே வருக நிலையான ஆட்சியைத் தருக" என்னும் வாசகம் அரசியல் சிக்கல்களை ஒற்றைப்படைத்தன்மை கொண்ட கோஷமாக மாற்றுவதைக் காணலாம்.

"துயரங்கள் விடிவின்றி நீளும்
கறை எல்லோர் கைகளிலும்
என் கதவைத் தட்டிக் கேட்காதே எதுவும்
இன்று மனிதனாக இருப்பதே குற்றம்"

(சுகுமாரனின் கவிதை வரிகள்)

எனச் சொல்லும்போது யதார்த்த வாழ்வின் வலி கூர்மையாக நம்மைத் தாக்குகிறது. எதுகை மோனை, அடுக்குமொழி ஆகியவற்றுடன் ஒரு கொடுமையை உணர்த்த விழையும்போது அந்த வலி ஏற்படுவதில்லை. சமத்காரமே அதில் மேலோங்கியிருக்கிறது. யதார்த்தம் அல்ல.

திராவிட இயக்கப் பேச்சாளர்களும் எழுத்தாளர்களும் பெருமளவில் கட்டிக் காப்பாற்றிவரும் இந்தப் போக்குக்கு மாறான திசையில் செயல்படுபவர்கள் நவீன எழுத்தாளர்கள் மட்டுமல்ல. பெரியார், காமராஜர், ப.ஜீவானந்தம் போன்றவர்களும் இந்த மரபைச் சேர்ந்தவர்கள்தான். அவர்களுடைய மொழி செயற்கையான அலங்காரங்கள் அற்றது. காரணம், அவர்களுடைய பார்வை நவீனத்துவம் சார்ந்த யதார்த்தப் பார்வை. இவர்களுடைய மொழியில் யதார்த்தம் வலுவோடு வெளிப்படும். ஒருபோதும் கேளிக்கையாக மாறி நீர்த்துப்போவதில்லை.

இந்தப் பார்வையின் இன்மையில் தன் உயிரைத் தக்கவைத்துக்கொண்டிருக்கிறது மிகையலங்காரம். அனைத்தையும் கேளிக்கைப் பொருளாக மாற்றவல்லது இது. வாழ்க்கையை அதன் சாரம் சார்ந்து அல்லாமல் அலங்காரம் சார்ந்து வெளிப்படுத்தும் போக்கு இது. துக்கம் தொண்டையை அடைக்கும்போதும் அழுகை, தொழுகை, சாவு, மாவு, தாகம், தேகம், புழுக்கம், பழக்கம் என்று அலங்காரம் தேடும் மனம், ரத்தமும் சதையுமான பிரச்சினையுடன் எத்தகைய உறவைக் கொண்டிருக்கும் என்னும் கேள்வி எழுகிறது.

அலங்காரத்தை முற்றாகத் தவிர்ப்பதுதான் நவீனத்துவம் என்றோ, அதுவே காலத்துக்கேற்ற மொழி என்றோ சொல்லிவிட முடியாதுதான். திரைப்பாடல்களில், அவை பாடல்கள் என்பதாலேயே ஓசை நயம், தாளக் கட்டு ஆகியவை தேவைப்படுகின்றன. கவன ஈர்ப்புக்காகவும் ரசனைக்காகவும் அலங்காரங்கள் பயன்பட முடியும். "பொழுதுகாட்டும் கருவி பழுது நீக்கித் தரப்படும்" என்னும் அறிவிப்பு கடிகாரங்களைப் பழுதுபார்க்கும் கடையின் மீதான ஈர்ப்பைக் கூட்டவேசெய்கிறது. "ஒரு தடவை சொன்னா நூறு தடவை சொன்னா மாதிரி" போன்ற வசனங்கள் ஒரு காட்சியின் கேளிக்கை மதிப்பைக் கூட்டுகின்றன. ஆனால், தீவிரமான தளங்களில் இதன் இடம் என்ன ? பெறுமானம் என்ன ? பலன் என்ன ?

மொழியின் மீது போர்த்தப்படும் பொன்னாடைகூடச் சில சமயம் அதைத் துருப்பிடிக்க வைத்துவிடும். காலத்தின் களிம்பு பல வகைகளில் புழக்கத்தில் இருக்கிறது. யதார்த்தத்தையும் மெய்யான உணர்ச்சிகளின் தீவிரத்தையும் நீர்த்துப்போகச் செய்யும் நயங்களும் அவற்றில் அடக்கம்.

***தி இந்து தமிழ்*, டிசம்பர் 15, 2016**

பேடிகளும் குண்டர்களும் என்ன பாவம் செய்தார்கள்?

அண்மையில் தமிழகச் சட்டமன்ற உறுப்பினர்கள் 18 பேரைப் பதவி நீக்கம் செய்து சபாநாயகர் தனபால் உத்தரவிட்டபோது அதற்குக் கடுமையான எதிர்வினைகள் எழுந்தன. அவற்றில் "பேடித்தனமான செயல்பாடு" என்று திமுக செயல் தலைவர் மு.க. ஸ்டாலின் தெரிவித்த கருத்து கவனத்தைக் கவர்ந்தது. அதன் உள்ளடக்கத்தால் அல்ல, அவர் பயன்படுத்திய சொல்லால்.

கோழைத்தனம் என்னும் பொருளைத் தருவதற்குத் தமிழில் பயன்படுத்தப்படும் சொற்களில் ஒன்று பேடித்தனம். எடப்பாடி பழனிச்சாமி தலைமையிலான அரசு எடுத்துள்ள முடிவைக் கோழைத்தனமானது என்று சொல்லுவதில் அரசியல் சார்ந்து எந்தத் தவறும் இல்லை. 18 பேரைத் தகுதி நீக்கம் செய்துவிட்டு, குறைந்த எண்ணிக்கை கொண்ட சட்டமன்றத்தில் நம்பிக்கை வாக்கெடுப்பில் எளிதாக வெற்றிபெற்றுவிடும் தந்திரக் கணக்கு இந்த நடவடிக்கைக்குப் பின் இருப்பது வெளிப்படையானது. சட்டமன்றக் கொறடாவின் உத்தரவை எதிர்த்து வாக்களித்த ஓ.பன்னீர்செல்வம் அணியினர் மீது பிரயோகிக்கப்படாத கட்சித் தாவல் தடைச் சட்டம், கொறடா உத்தரவை மீறாத 18 பேர் மீது பாய்வதில் உள்ள அரசியல் மலினத்தன்மையைக் கோழைத்தனம் என்று சொல்வதில் தவறேதும் இல்லை. பன்னீர்செல்வம் அணியினர் எதிர்த்து வாக்களிப்பார்கள் என்று தெரிந்தும் சட்டமன்றத்தில்

நம்பிக்கை வாக்கெடுப்பை எதிர்கொண்ட தைரியம் இப்போது இல்லை. காரணம், எண்களின் வலிமை. அதை எதிர்கொள்ள முடியாமல் மாற்று வழிகளை நாடுவது கோழைத்தனம் என எதிர்க்கட்சித் தலைவர் சொல்வதில் பிழை என்ன இருக்க முடியும்? ஆனால், அதற்காக விமர்சனத்தை முன்வைக்க ஸ்டாலின் பயன்படுத்திய சொல் கவனிக்கத்தக்கது.

கோழைத்தனம் என்பதற்குப் பதில் பேடித்தனம் என்று சொல்வது தமிழில் வழக்கமானதுதான். பெட்டைத்தனம் என்னும் சொல்லும்கூடக் கோழைத்தனத்தைக் குறிக்கவே தமிழில் பயன்படுத்தப்பட்டுவருகிறது. பேடி, பெட்டை இந்த இரு சொற்களுமே பெண்ணை அல்லது பெண் தன்மையைக் குறிப்பவை. பெண் அல்லது பெண் தன்மையைக் குறிக்கும் சொற்கள் கோழைத்தனத்தைக் குறிக்கும் சொற்களாக உருமாறியதற்குப் பின்னால் இருப்பது ஆண் – பெண் சார்ந்த சமூகத்தின் பாலினம் சார்ந்த கோணலான பார்வை. வீரம், துணிச்சல், வலிமை, உறுதி, தாங்கி நிற்கும் திறன் முதலானவற்றை ஆண்களின் குணங்களாக அல்லது ஆண் இயல்புகளாகவே சமூகத்தின் பார்வை வரையறுத்து வைத்திருக்கிறது. அதுபோலவே, மென்மை, பலவீனம், அச்சம், வெட்கம், சார்ந்திருத்தல் ஆகியவற்றைப் பெண்களின் குணங்களாக அல்லது பெண் இயல்புகளாகக் கட்டமைத்து வைத்திருப்பதும் அதே பார்வைதான். இந்தப் பார்வைதான் சமூகத்தின் பொதுப்புத்தியிலும் ஊறிப்போயிருக்கிறது.

இந்தப் பொதுப்புத்திதான் ஆண்மை என்பதை வீரம் அல்லது துணிச்சலுடனும், பெண்மை என்பதை மென்மை அல்லது கோழைத்தனத்துடனும் இணைத்துப் பேச வைக்கிறது. இப்படித்தான் கோழைத்தனத்துக்குப் பேடித்தனம், பெட்டைத்தனம் ஆகிய சொற்கள் தமிழில் நிலைபெற்றுள்ளன. பெண்களைப் பொதுவெளிக்கு வர விடாமல் தடுத்த ஆண்கள், அவர்களுக்குக் கோழைகள் என்னும் பட்டத்தையும் கொடுத்திருக்கிறார்கள். பெண் தன்மையைக் குறிக்கும் சொற்களையே கோழைத்தனத்துக்கும் சூட்டிவிட்டார்கள். தைரியம் இருந்தால் என்று சொல்வதற்குப் பதிலாக ஆண்மை இருந்தால் என்று சொல்கிறார்கள். அந்த அளவுக்கு ஆண்மையோடு தைரியம் தொடர்புபடுத்தப்படுகிறது.

பரிவு, அன்பு, விரோதம், நட்பு, காதல், காமம், துரோகம், சுயநலம், பொதுநலம், நன்றியறிதல், நன்றி மறத்தல் முதலான எல்லா உணர்ச்சிகளையும் அல்லது இயல்புகளையும்போல வீரம், துணிவு, அச்சம், வெட்கம், பலவீனம், வலிமை ஆகியவையும் ஆண் – பெண் இரு பாலருக்கும் பொதுவானவை. உடல் அமைப்பு,

வலிமை, கருத்தரித்தல் முதலான மிகச் சில அம்சங்களில் மட்டுமே ஆண் – பெண் வேறுபாடுகள் துல்லியமடைகின்றன. மற்ற வேற்றுமைகளில் பெரும்பாலானவை குடும்பத்திலும் சமூகத்திலும் ஆண்களும் பெண்களும் வகிக்கும் பங்குகளைப் பொறுத்தே மாறுகின்றன. அந்தப் பங்குகளிலும் பெரும்பாலானவை ஆண்களால் வரையறுக்கப்பட்டவை. வீரம், துணிவு, அச்சம், கோழைத்தனம் ஆகியவற்றில் பாலினம் சார்ந்து வேறுபாடு நிலவுகிறது என்பதற்கு அறிவியல் ரீதியான நிரூபணம் எதுவும் இல்லை. வலிமையிலும் திறமையிலும் மாறுபாடு இருக்கலாம். அதைப் பொறுத்து ஒருவரது முயற்சிக்குக் கிடைக்கும் வெற்றி, தோல்விகள் மாறலாம். ஆனால், துணிச்சல், அச்சம் ஆகியவை ஆணுக்கும் பெண்ணுக்கும் பொதுவானவை. வீரர்கள் மலிந்த சமூகங்களிலும் கோழைத்தனம் நிரம்பிய ஆண்கள் இருப்பார்கள். அஞ்சிப் பதுங்கி வாழும் சமூகங்களிலும் துணிச்சலான பெண்கள் இருப்பார்கள்.

இதை நிரூபிக்கப் புலியை முறத்தால் விரட்டிய புறநானூற்றுப் புனைவுகளையெல்லாம் துணைக்கு அழைக்க வேண்டாம். குழந்தைப் பிறப்பு என்னும் விஷயத்தை எடுத்துக்கொண்டே பெண்களின் துணிச்சலையும் உறுதியையும் புரிந்துகொள்ளலாம். கருவைச் சுமப்பதிலிருந்து குழந்தையைப் பெற்றெடுத்து வளர்ப்பதுவரை எத்தனையோ சோதனைகளைத் துணிச்சலாக எதிர்கொள்பவர்கள் பெண்கள். பெண்களிடத்தில் இந்தத் துணிச்சலும் வலி தாங்கும் மன உறுதியும், உடல் திறனும் இல்லாவிட்டால் அடுத்த தலைமுறை என்பதையே மறந்துவிட வேண்டியதுதான்.

மொழியின் ஆணாதிக்கப் போக்குக்குப் பேடித்தனம் ஒரு சான்று என்றால், மாறுபட்ட தோற்றம் கொண்டவர்கள் குறித்த மொழியின் சுரணையின்மைக்குச் சான்று குண்டர் என்னும் சொல் பயன்படுத்தப்படும் விதம். ரவுடிகள் அல்லது வன்முறையை நாடும் சமூக விரோதிகளைக் குறிக்க குண்டர்கள் என்னும் சொல் பயன்படுத்தப்படுகிறது. வன்முறையில் ஊறிய சமூக விரோதிகளை ஒடுக்குவதற்கான கடுமையான சட்டத்துக்கு குண்டர் தடுப்புச் சட்டம் என்று பெயர். உடல் பருமனாக இருப்பவர்களைக் குண்டாக இருப்பவர்கள் என்று சொல்வோம். இவர்கள் என்ன பாவம் செய்தார்கள்? சமூக விரோதிகளைக் குறிக்கும் சொல்லாக அவர்களுடைய உடல் தோற்றம் கட்டமைக்கப்பட்டிருப்பது ஏன்?

யார் கையில் அதிகாரம் இருக்கிறதோ அவர்கள் கையில்தான் மொழி முதலான பண்பாட்டுக் கூறுகளும் இருக்கும். அந்தக் கூறுகளில் அதிகாரத்தின் வாசனை படர்ந்துதான் இருக்கும்.

பெண்களுக்கும் குண்டர்களுக்கும் இழைக்கப்படும் இத்தகைய அநீதிகள் அந்த அதிகாரத்தின் விளைவுகள்தான். சமூகத்தின் பார்வையில் இருக்கும் நல்லதும் அல்லாததும் மொழியில் பிரதிபலிப்பது இயல்புதான். ஆனால், மொழியின் மூலம் பரவலாக்கம் பெற்று நிலைபெறும் சொற்கள் சமூகத்தின் பார்வையை மிகவும் ஆழமாகப் பாதிக்கக்கூடியவை. பாவம், புண்ணியம் ஆகிய சொற்கள் அந்தக் கருத்தியல்களை எந்த அளவுக்கு ஆழமாகவும் அழுத்தமாகவும் பிரதிபலித்து நிலைபெறச் செய்திருக்கின்றன என்பதைப் பாருங்கள். மொழியின் வலிமை என்பது சொல்லின் நேரடிப் பொருளையும் நேரடிப் பயன்பாட்டையும் தாண்டியது. மக்களின் மனப்பாங்கினால் உருவாகும் ஒரு சொல், அதே மனப்பாங்கில் ஏற்படும் மாற்றத்தால் உருமாறுவதற்கு அதிகக் காலம் பிடிக்கும்.

அதாவது, பெண்கள் கோழைகள் அல்லர் என்னும் பார்வை சமூகத்தில் நிலைபெற்று, அதன் விளைவாகப் பேடித்தனம், பெட்டைத்தனம் என்னும் சொற்கள் வழக்கொழிந்துபோவதற்கு வெகு காலம் ஆகும். அதுபோலவே குண்டாக இருப்பவர்கள் சமூக விரோதிகள் அல்லர் என்னும் புரிந்துணர்வின் அடிப்படையில் மாற்றம் ஏற்படவும் நாள் பிடிக்கும். இத்தகைய உள்ளார்ந்த மாற்றங்களும் மொழியில் நிகழத்தான் செய்யும். ஆண்டை, பிரபு முதலான சொற்கள் வழக்கொழிந்தது இப்படித்தான். ஆனால், மொழியில் வெளிமுகமாக மாற்றம் ஏற்படுத்துவதன் மூலமாகவும் இந்தப் பார்வைகளை மாற்ற முயற்சி செய்யலாம். மொழியில் ஏற்படும் மாற்றத்தால் பார்வை உடனடியாக மாறிவிடாது. ஆனால், இதுகாறும் பயன்படுத்திவந்த சொல் ஏன் இன்று பயன்படுத்தப்படுவதில்லை என்னும் சிந்தனையை அது ஏற்படுத்தும். அதற்குப் பின்னால் இருக்கும் முற்போக்குச் சிந்தனை, சமத்துவ நோக்கு ஆகியவை மக்களின் மனதில் பதியும்.

கற்பழிப்பு என்னும் சொல் அரசியல் விழிப்புணர்வோடு தவிர்க்கப்படுகிறது. பாலியல் வல்லுறவு, வன்புணர்வு முதலான சொற்கள் பயன்படுத்தப்படுகின்றன. கற்பு குறித்த சமூகத்தின் பொதுப்புத்தி மாறியதால் இந்த மாற்றம் வந்துவிடவில்லை. ஒரு சிலருடைய அரசியல் விழிப்புணர்வின் விளைவாகவே இது மாறியிருக்கிறது. ஆனால், இந்த மாற்றம் பொதுப்புத்தியிலும் சில ஆக்கபூர்வமான மாற்றங்களை ஏற்படுத்தியிருக்கிறது. உடல் குறைபாட்டைக் குறிக்கும் பல்வேறு சொற்கள் இன்று தவிர்க்கப்படுகின்றன. ஊனம் என்னும் சொல்கூடத் தவிர்க்கப்பட்டு மாற்றுத் திறனாளி என்னும் சொல் பயன்படுத்தப்படுகிறது. ஒரு காலத்தில் கண், காது, கால், கை முதலானவற்றின் திறன்களில் போதாமைகள் கொண்டவர்கள், அவர்களைப் புண்படுத்தக்கூடிய

பல்வேறு சொற்களால் குறிப்பிடப்பட்டார்கள். அண்மைக் காலத்தில் அந்தப் பழக்கம் பெருமளவில் மாறிவிட்டது. தனிப்பட்ட பேச்சிலும் இத்தகைய சொற்களின் பயன்பாடு மறைந்துவருகிறது. குறிப்பாகச் சொல்வதானால் நொண்டி, செவிடு ஆகிய சொற்களை இப்போதெல்லாம் அதிகம் கேட்க முடிவதில்லை (மொழி சார்ந்த சுரணையை வலியுறுத்துவதற்காகவே இந்தச் சொற்கள் இங்கே பயன்படுத்தப்படுகின்றன. மாற்றுத் திறனாளிகள் மன்னிப்பார்களாக).

பொது மொழியில் ஏற்படும் மாற்றங்கள் தனிப்பட்ட மொழியிலும் பேச்சு வழக்கிலும்கூட நாளடைவில் மாற்றத்தை ஏற்படுத்தும். அதைவிடவும், இந்த மாற்றம் ஏன் செய்யப் பட்டிருக்கிறது என்ற சிந்தனையை இது ஏற்படுத்தும் என்பது முக்கியமானது.

இதே அடிப்படையில் பேடித்தனம், பெட்டைத்தனம், குண்டர்கள் ஆகிய சொற்களின் பயன்பாட்டையும் மாற்ற வேண்டும். அப்படிச் செய்தால் அது நமது சமத்துவ உணர்வுக்கும், சமூகத்தில் இருக்கும் பல்வேறு பிரிவினரின் உணர்வுகள் குறித்த நமது சுரணைக்கும் அடையாளமாக அமையும். அரசியல் கட்சித் தலைவர்கள், சமூகத்தில் பல்வேறு முக்கியப் பொறுப்புகளை வகிக்கும் ஆளுமைகள், ஊடகவியலாளர்கள், எழுத்தாளர்கள் முதலானவர்களிடம் இந்த மாற்றம் ஏற்பட்டால் அது பொதுச் சமூகத்தில் வேகமாகப் பரவும். மொழியில் வெளிப்படும் சமத்துவமும் சுரணையும் சமூகத்தின் பொதுப் போக்கிலும் ஆக்கரீதியான தாக்கங்களை ஏற்படுத்தும்.

எடப்பாடியார் அடுத்த முறை இதுபோன்ற நடவடிக்கையில் ஈடுபட்டால் அதைக் கோழைத்தனம் என நேரடியாகவே ஸ்டாலின் குறிப்பிடலாம். துணிச்சலான பெண்களுக்குச் செய்யும் கவுரவமாக அது இருக்கும்.

மின்னம்பலம், 2017

சொல்லும் பொருளும் கொஞ்சம் சுரணையும்!

சொற்களின் வலிமை நாம் நினைப்பதை விடவும் தீவிரமானது. அதை உணர்த்தும் விவாதம் ஒன்று தற்போது நடைபெற்றுக் கொண்டிருக்கிறது.

அதிமுகவின் தலைவர்களை விமர்சித்து துக்ளக் ஆசிரியர் எஸ்.குருமூர்த்தி சொன்ன ஒரு சொல் இப்போது விமர்சனத்துக்கு ஆளாகியிருக்கிறது. குருமூர்த்தியின் விமர்சனம் பற்றிய பேச்சைக் காட்டிலும் இந்தச் சொல்லைப் பற்றிய பேச்சே காட்சி ஊடகங்களிலும் சமூக வலைதளங்களிலும் அதிகமாக உள்ளது.

அதிமுக தலைவர்களை Impotent leaders என்று குருமூர்த்தி விமர்சித்திருந்தார். ஆண்மையற்ற தலைவர்கள் என குருமூர்த்தி விமர்சித்ததாகச் சில ஊடகங்கள் பதிவுசெய்தன. இதற்குத் தமிழக அமைச்சர் ஜெயக்குமார் உடனடியாகப் பதிலடி கொடுத்தார். "நாங்கள் ஆண்மையற்றவர்கள் அல்ல, காங்கயம் காளைகள்" என்றார்.

இதற்குப் பதிலளித்த குருமூர்த்தி, Impotent என்னும் சொல்லுக்குத் திறனற்ற, ஆற்றல் இல்லாத

என்றுதான் பொருள் என்று விளக்கமளித்தார். அரசியல் சார்ந்த விமர்சனங்களில் இந்தச் சொல் திறனற்ற என்னும் பொருளில் பயன்படுவது குறித்து எழுத்தாளர் பி.ஏ.கிருஷ்ணன் முகநூலில் பதிவிட்டிருந்தார். பாலியல் சார்ந்த வேறு சில சொற்களையும் குறிப்பிட்ட அவர், இதே சொற்கள் மாறுபட்ட பொருளில் பயன்படுத்தப்படுவதுண்டு என்பதையும் சுட்டிக்காட்டினார்.

குருமூர்த்தியின் பதிலுக்கும் ஜெயக்குமார் பதிலளித்தார். *Impotent* என்றால் திறனற்ற என்னும் பொருள் இருக்கலாம். ஆனால், அது நடைமுறையில் எப்படிப் பயன்படுத்தப் படுகிறது என்பதைப் பார்க்க வேண்டும் என்றார். புறம்போக்கு என்பதற்கு விவசாயத்துக்குப் பயன்படாத நிலம் என்றும் பொதுச் சமுதாய பயன்பாட்டுக்கு ஒதுக்கப்பட்டு நிலவரி வசூலிக்காத நிலம் என்றும் அர்த்தம். அதற்காக, புறம்போக்கு என்று சொன்னால் சும்மா இருப்பார்களா என்று அவர் கேள்வி எழுப்பினார்.

“ஒரு சொல்லுக்கு நிறைய பொருள் இருக்கலாம். பயன்பாட்டு ரீதியில் ஒரு சொல்லுக்கு பல *sense*கள் இருக்கலாம். ஆனால், ஒரு சமூகத்தில், ஒரு காலத்தில் அல்லது ஓர் இடத்தில் அந்தச் சொல் பிரதானமாக எந்த அர்த்தத்தில் அதிகமாகப் பயன்படுத்தப்படுகிறதோ அந்த அர்த்தத்தில்தான் அதை மற்றவர்கள் அர்த்தம் செய்துகொள்ள முடியும். அதுவும், அந்தச் சமூகத்திலிருந்தே ஒருவர் மற்றவர்மீது அந்தச் சொல்லைப் பயன்படுத்தும்போது அதற்கு வேறு எந்த அர்த்தமும் கிடையாது” என்று எழுத்தாளர் ஆழி செந்தில்நாதன் முகநூலில் குறிப்பிட்டிருக்கிறார்.

Impotent என்கிற சொல்லுக்கு நமது சமூகத்தில் ஆண்மையற்றவர் என்பதுதான் முதன்மையான பொருள். அதன் வேறு பல *sense*களை நாம் அகராதியில் பார்த்துவேண்டுமானால் அறிந்துகொள்ள முடியுமே ஒழிய, பொதுப் புழக்கத்தில் அப்படி இல்லை என்று சொல்லும் செந்தில்நாதன், “யாரோ ஒரு வெளிநாட்டவர் நம்மைப் பற்றி இப்படி ஒரு சொல்லை உதிர்க்கிறார் என்றால், அவர் வேறு ஒரு *sense*இல் அதைப் பயன்படுத்தியிருக்கலாம் என்று வாதாட முடியும். ஆனால், குருமூர்த்தி என்கிற உள்ளூர்க்காரரர் சக உள்ளூர்க்காரரர்களான பழனிசாமியையும் பன்னீரையும் இந்த வார்த்தையைக் கொண்டு அடையாளப்படுத்தினால் அதற்கு ஆண்மையற்றவர் என்று மட்டுமே பொருள் எடுத்துக்கொள்ளப்படும்” என்கிறார்.

குருமூர்த்தி கடந்த 25 ஆண்டுகளுக்கும் மேலாக ஆங்கிலத்தில் அரசியல், பொருளாதாரம், இந்துத்துவம் முதலானவை குறித்துப் பல கட்டுரைகளை எழுதியிருக்கிறார். இதே பொருள்களில் பல உரைகளை ஆற்றியிருக்கிறார். இப்போது துக்ளக் பத்திரிகையின் ஆசிரியராக இருக்கிறார். இவர் தமிழகத்தைச் சேர்ந்த, தமிழைத் தாய்மொழியாகக் கொண்டவர் என்றாலும், இவருடைய வெளிப்பாட்டு மொழி மிகுதியும் ஆங்கிலமாகவே இருந்து வருகிறது. துக்ளக்கில் இவர் எழுதிவந்த பத்திகளையும் தற்போது எழுதிவரும் கட்டுரைகளையும் இவரே தமிழில் எழுதுகிறாரா அல்லது அவை மொழியாக்கம் செய்யப்பட்டவையா என்பது தெரியாது. ஆனால், அவரது ஆங்கில அறிவைப் பற்றி ஐயம் கொள்ள முடியாத அளவுக்கு அவரது எழுத்தும் பேச்சும் பதிவாகியிருக்கின்றன.

பெரும்பாலும் ஆங்கிலத்தையே தனது தொடர்பு மொழியாகக் கொண்டுள்ள இவர், Impotent என்னும் சொல் திறனற்ற என்னும் பொருளில் ஆங்கிலத்தில் பயன்படுத்தப்படுவது சகஜம்தான் எனச் சொல்லும்போது அதில் உள்ள நியாயத்தை நாம் மறுக்க இயலாது. அதேசமயம், இந்தச் சொல்லுக்கு ஆண்மையற்றவர் என்னும் பொருள் இருப்பது தனக்குத் தெரியாது என்று அவரால் சொல்ல முடியாது என்பதையும் மறுக்க முடியாது. ஆண்மையற்றவர் என்னும் பொருள் இருப்பது தெரிந்தும், ஆங்கில மரபை அடியொற்றி அவர் திறனற்ற என்னும் பொருளில் பயன்படுத்தியிருக்கிறார் என்பதே அவருக்கான நியாயமாக இருக்க முடியும்.

Impotent என்பது மட்டுமல்ல. கிட்டத்தட்ட ஒவ்வொரு சொல்லுமே ஒன்றுக்கும் மேற்பட்ட பொருள்களைக் கொண்டது தான். ஒரு சொல்லின் பல விதமான பொருள்களில் ஏதேனும் ஒன்று வில்லங்கமானதாக, இழிவுபடுத்துவதாக, விபரீதமானதாக இருந்தால் அந்தச் சொல்லைக் கவனமாகப் பயன்படுத்த வேண்டியது அவசியமாகிறது. விவாதத்துக்குள்ளான சொல் பாலியல் பரிமாணம் கொண்டது என்பதால் அதேபோன்ற ஓர் எடுத்துக்காட்டை வைத்து இதைத் தெளிவுபடுத்திக் கொள்ளலாம்.

படுத்துக்கொள் என்னும் சொல்லை உதாரணமாக எடுத்துக்கொள்வோம். தனியாகப் பார்த்தால் இதில் எந்த வில்லங்கமும் இல்லை. ஆனால், ஓர் ஆண் ஒரு பெண்ணுடன் படுத்துக்கொண்டான் என எழுதினால் அதற்கு வேறு பொருள் வந்துவிடுகிறது. ஆங்கிலத்தில் Sleep with என்னும் தொடர்

இதேபோன்ற பொருளைக் கொடுக்கிறது. *Sleep* அல்லது படு என்னும் சொல் சாதாரண பொருளையே தருகிறது. இன்னாருடன் படுத்தல் *(sleep with someone)* என்று பயன்படுத்தும்போது வேறு பொருள் கிடைத்துவிடுகிறது. உடன் படுத்தல் என்பதை அம்மாவையும் குழந்தையையும் வைத்துச் சொல்லும்போது அதில் சிக்கல் வருவதில்லை. வயதுக்கு வந்த ஆணையும் பெண்ணையும் வைத்துச் சொல்லும்போது பாலியல் சார்ந்த சொல்லாகவே இது பொருள் கொள்கிறது.

எழுத்தாளரை விடுங்கள், பொறுப்புள்ள ஒரு மனிதர் உடன் படுத்தல் அல்லது *sleep with* என்னும் சொல்லைக் கவனமில்லாமல் பயன்படுத்துவாரா? அப்படிப் பயன்படுத்திய பிறகு, அதனால் ஒருவர் புண்படுவதாகச் சொன்னால், தன் நோக்கத்தை மீறி அது நிகழ்ந்துவிட்டது என்று கூறி வருத்தம் தெரிவிப்பாரா அல்லது தான் செய்ததை நியாயப்படுத்துவாரா?

குருமூர்த்தி ஆங்கிலத்திலேயே வாசித்து, எழுதி, பேசி, சிந்தித்து வாழ்ந்துவரும் தமிழ் ஆங்கிலேயராக இருக்கலாம். ஆனால், தான் புழங்கும் சூழலில் ஒரு சொல் எப்படிப் புரிந்துகொள்ளப்படும் என்பது குறித்த புரிந்துணர்வு அவருக்கு இருக்க வேண்டும். அப்படி இல்லாவிட்டால் தனது வாழ்நிலத்தின் பண்பாட்டுச் சூழல் குறித்த புரிதலில் அவருக்குப் போதாமை இருக்கிறது என்னும் முடிவுக்கே நாம் வர வேண்டும். இந்தப் போதாமை வெறும் மொழி சார்ந்த பலவீனம் அல்ல. தான் வாழும் பண்பாட்டுச் சூழலின் மீதான அவரது அக்கறையில் உள்ள போதாமையின் அடையாளம். சூழல் குறித்த நுண்ணுணர்விலும் சுரணையிலும் இருக்கும் குறைபாட்டின் அடையாளம்.

ஆங்கிலத்தில் இந்தப் பழக்கம் உள்ளது என்னும் வாதத்தைக் காலச்சுவடு பதிப்பாளர் கண்ணன் கேள்விக்கு உட்படுத்துகிறார். "ஆங்கிலத்தைச் சமகாலப் போக்கறிந்து பயன்படுத்துபவர்கள், பெண்ணியவாதிகள், மொழிசார்ந்த விமர்சனத்தையும் கணக்கில்கொள்வார்கள். ஆண் மையச் சொற்களைத் தவிர்ப்பார்கள். *Market penetration* என்பது நேற்று இயல்பான பயன்பாடு. இப்போது அதைத் தவிர்ப்பது நலம். *Potent* அல்லது வீரியம் ஆகியவை அத்தகைய சொற்கள்தாம். *Manliness, seminal* போன்றவையும் தவிர்க்கப்பட வேண்டிய சொற்களே" என்று சொல்லும் கண்ணன், "இவற்றின் பயன்பாடு மொழியின் ஆணாதிக்கப் பண்பை வலுப்படுத்துகிறது. மொழியிலும் தோற்றத்திலும் ஆண்மையைப் பிரகடனப்படுத்துதல் தமது ஆற்றல் பற்றிய பதற்றத்தின் வெளிப்பாடு" என்கிறார்.

கிட்டத்தட்ட 20 ஆண்டுகளுக்கு முன்பு சுப்பிரமணியன் சுவாமி விடுதலைப் புலிகள் இயக்கத்தின் தலைவர் பிரபாகரனை *International Pariah* என்று விமர்சித்தார். இது குறிப்பிட்ட சாதியினரை இழிவான பொருளில் பயன்படுத்தும் சொற்பிரயோகம் என எதிர்ப்பு எழுந்தபோது ஆக்ஸ்ஃபோர்டு அகராதியில் *Pariah* என்னும் சொல்லுக்கு விலக்கப்பட்டவர், ஒதுக்கப்பட்டவர் என்னும் பொருள்தான் இருக்கிறது என்று சுவாமி சப்பைக்கட்டு கட்டினார். அதிலுள்ள சாதியப் பரிமாணத்தையும் சாதி சார்ந்த சொற்களின் தீய விளைவுகளையும் பற்றிப் பலரும் சொன்ன பிறகு, தனக்கு அது தெரியாது என்று சொன்ன சுவாமி, அந்தச் சொல்லையே நீக்கும்படி கோரி நான் ஆக்ஸ்ஃபோர்டு அகராதிக் குழுவினருக்குக் கடிதம் எழுதுவேன் என்றார். அவர் எழுதினாரா என்பது தெரியாது. ஆனால், அந்தச் சொல் இன்னமும் அந்த அகராதியில் இருக்கிறது. இணையத்திலும் அதற்கான பதிவு இருக்கிறது.

இந்த உதாரணத்தில் ஆறுதலளிக்கும் ஒரு விஷயம் என்னவென்றால், முதலில் நியாயப்படுத்தினாலும், பிறகு தன் தவறை சுவாமி ஒப்புக்கொண்டார்.

இரண்டாயிரத்துக்குப் பிறகான ஒரு தேர்தலில் தோற்றபோது "சண்டாளர்கள் தோற்கடித்துவிட்டார்கள்" என்று கலைஞர் கருணாநிதி தமிழக மக்களைச் சொன்னார்.

அண்மையில் பிரதமர் நரேந்திர மோடியை 'நீச் ஆத்மி' என்று மணி சங்கர் அய்யர் குறிப்பிட்டதையொட்டி பெரும் சர்ச்சை எழுந்தது. இழிவான மனிதர் என்று பொருள்படும் இந்தச் சொல் வடஇந்தியாவின் பல பகுதிகளில் சாதிரீதியாக இழிவுபடுத்தும் சொல்லாகவே இருக்கிறது. அத்தகைய பொருளில் சொல்லவில்லை என மணி சங்கர் சப்பைக்கட்டு கட்டினாலும், தேசிய அரசியலில் பல ஆண்டுகளாக ஊறியிருக்கும் அவருக்கு இந்தச் சொல்லின் சாதியப் பரிமாணம் தெரியாது என்று நம்ப இடமில்லை. காங்கிரஸ் கட்சி உடனடியாக அவர்மீது நடவடிக்கை எடுத்தது இதில் ஆரோக்கியமான அம்சம்.

ஒரு சூழலில் புழங்கும் சொற்கள் அந்தச் சூழலைப் பற்றிப் பல்வேறு அம்சங்களை நமக்கு உணர்த்தக்கூடியவை. சமூக விரோதிகளுக்கு எதிரான சட்டத்துக்குக் குண்டர் தடுப்புச் சட்டம் எனப் பெயரிட்டிருப்பது குண்டாக இருப்பவர்கள் குறித்த பொதுச் சமூகத்தின் ஒவ்வாமையைக் குறிக்கும் அம்சத்தையும் தன்னகத்தே கொண்டிருக்கிறது. ஆண்மை என்னும் சொல்லை

வீரம், செயல் திறன், துணிச்சல் போன்ற பண்புகளோடு தொடர்புபடுத்தும் பழக்கம், ஆண்களுக்கு மட்டுமே இந்தப் பண்புகள் இருக்கும் என்னும் பொதுப் புத்தியின் மதிப்பீட்டிலிருந்து பிறந்தது. வீரமும் செயல்திறனும் துணிவும் பெண்களுக்கு இருக்காது என்று யாராலும் சொல்ல முடியாது. ஆனால், ஆண்மை என்று சொன்னதும் இந்தப் பண்புகள் நம் மனதில் குதித்துக்கொண்டு வருகின்றன என்றால் அது ஆண் – பெண் குணங்கள் குறித்த நமது பிழைபட்ட பார்வைகளின் வெளிப்பாடுதானே ?

Impotent என்னும் சொல்லுக்கு ஆண்மையற்றவர் என்பதாக அமைச்சரும் பிறரும் பொருள் கொண்டு எதிர்ப்புத் தெரிவித்ததில் நியாயம் இருக்கிறது. அதே சமயம், அதற்கு பதில் சொல்லும்போது, நாங்கள் காங்கயம் காளைகள் என்று பதில் சொல்வது விவாதத்தை மலினமான தளங்களுக்கே கொண்டுசெல்கிறது. ஆண்மையற்ற என்ற பொருள் வரும் சொல்லை வைத்துக்கொண்டு ஒருவர் அரசியல்வாதிகளை விமர்சிக்கிறார் என்றால் இத்தகைய சொல்லுக்கு அரசியலில் என்ன இடம் என்று கேட்க வேண்டுமே தவிர, எங்களுக்கு ஆண்மை இருக்கிறது என்று காளை மாட்டை சாட்சிக்கு அழைத்துப் பிரகடனம் செய்யக் கூடாது.

குருமூர்த்திக்குக் கண்டனம் தெரிவித்த வேறு சில பதிவுகளும் மொழியில் இருக்கும் விபரீதங்களைக் கணக்கில் எடுத்துக்கொள்ளாத நிலையிலேயே வெளிப்பட்டன. "... இவர்கள் ஆண்மையற்றவர்கள் என்பதை அறிய குருமூர்த்தி கையாண்ட உத்தி என்ன ?" என ஒரு பதிவை முகநூலில் பார்க்க முடிந்தது. மொழியிலும் சமூகத்திலும் நிலவும் ஆண்மை என்னும் கருத்தாக்கத்தையும் அதன் பின்னால் உள்ள பார்வையையும் கேள்விக்குட்படுத்துவதற்குப் பதிலாக அந்தப் பார்வையை அடியொற்றியதாகவே இத்தகைய எதிர்வினைகள் உள்ளன.

ஒருவரது குணத்தையும் திறனையும் குறிப்பிட ஆண்மை, பொலிகாளை முதலான சொற்களைப் பயன்படுத்துவது பிற்போக்குத்தனமானது என்பதை உணரும் நவீனத்துவப் பார்வையும் பகுத்தறிவுச் சிந்தனையும் இருந்தால் இந்த விவாதம் வேறு தளத்தில் நிகழும்.

சொற்களின் வலிமை நாம் நினைப்பதைவிடவும் தீவிரமானது. சில சொற்கள் சொல்லப்படுபவரின் ஆளுமையின் மீது அழுத்தமாகப் படிந்துவிடும். அதைப் பயன்படுத்தியவர்

மன்னிப்புக் கேட்டுக்கொண்டோ கேட்காமலோ அதைக் கடந்து சென்றுவிடலாம். ஆனால், சில அவதூறுகள் எந்த மறுப்பினாலும் மன்னிப்பினாலும் கழுவ முடியாதவை. நாளுக்கு நாள் மெலிந்துவரும் ஒருவரைப் பார்த்து அவருக்குப் பால்வினை நோய் இருக்கலாம் என்று ஒருவர் பகிரங்கமாகச் சொல்லிவிட்டுப் பிறகு மன்னிப்பு கேட்டுவிடலாம். ஆனால், அந்தச் சொல் அம்மனிதரின் வாழ்நாள் முழுவதும் துரத்தக்கூடும்.

சொல்லின் வலிமையை அலட்சியப்படுத்துவது சக மனிதர்களுக்குச் செய்யும் அநீதி. அதிலும் எழுத்தாளர்கள் அப்படிச் செய்வது சக மனிதர்களுக்குச் செய்யும் அநீதி என்பதோடு எழுத்துக்குச் செய்யும் துரோகம்.

மின்னம்பலம், டிசம்பர் 2017

சென்னைத் தமிழின் கெத்து

2010ஆம் ஆண்டு வெளியான 'பாணா காத்தாடி' என்னும் படத்துக்கான விமர்சனம் ஒன்றில் இப்படி ஒரு வாசகம் இடம்பெற்றிருந்தது: "படத்தில் கூவம் பாஷை நன்றாகக் கையாளப் பட்டிருக்கிறது." சென்னையில் வழங்கிவரும் மொழி நாற்றமெடுக்கும் கூவத்தோடு ஒப்பிடப்படுவது தற்செயலானதோ விதிவிலக்கானதோ அல்ல. இது அந்தத் தனிப்பட்ட எழுத்தாளர் தொடர்பானதும் அல்ல. தமிழ்ப் பரப்பின் பொதுப்புத்தியின் பார்வை இது. சமூக மட்டத்தில் மேல் அடுக்குகளில் இருப்பவர்களும் அங்கு செல்ல விரும்புபவர்களும் கொண்டிருக்கும் பொதுவான பார்வையின் வெளிப்பாடுதான் இது.

படித்த, நாகரிக வளர்ச்சி பெற்ற மக்களின் வாயிலோ காதுகளிலோ நுழையக் கூடாத அநாகரிக மொழியாகவே சென்னைத் தமிழ் பலராலும் கருதப்பட்டுவருகிறது. படிக்காத, பாமரத்தனமான, பண்பாட்டின் கடைநிலையில் உழல்பவர்களின் மொழியாகவே சென்னைத் தமிழ் தமிழகத்தின் பொதுப்புத்தியில் உருவகப்படுத்தப்பட்டுள்ளது. சென்னைத் தமிழை ரசிக்கும் சிலர்கூடத் தட்டிக்கொடுக்கும் மனப்பாங்கோடுதான் அதை அணுகுகிறார்கள்.

ஒரு மொழி வாழும் மொழியாக இருக்க வேண்டுமானால் அது மக்களால் தொடர்ந்து பேசப்படும் மொழியாக இருக்க வேண்டும். வெவ்வேறு இடங்களில் வசிக்கும் மக்கள் வெவ்வேறு முறைகளில் ஒரே மொழியைப் பேசுவது இயல்பானதே. அம்மொழி பேசும் மக்கள் வாழும் இடங்களையும் அவ்விடங்களின் கல்வி மற்றும் கலாச்சாரக் கூறுகளையும் பொறுத்து அவர்கள் அம்மொழியைக் கையாளும் விதமும் மாறும். வட்டாரம் சார்ந்து மாறும் மொழியின் வடிவம் வட்டார வழக்கு.

மதுரைத் தமிழ், கொங்குத் தமிழ், கரிசல் தமிழ், நாஞ்சில் தமிழ், ஈழத் தமிழ் போலச் சென்னைத் தமிழும் ஒரு வட்டார வழக்குதான். எல்லா வட்டார வழக்குகளையும் போலவே பல்வேறு இயல்பான காரணிகளால் உருவாகி, தொடர்ந்த பயன்பாட்டினால் உருமாறிவரும் ஒரு வழக்கு. சென்னைத் தமிழை மேலெழுந்தவாரியாகப் பார்க்கும்போது அது படிக்காத மக்களின் கொச்சை மொழி என்று தோன்றும். ஆனால் சற்று நிதானமாகப் பார்த்தால் எல்லா வட்டார வழக்குகளையும்போலவே சென்னைத் தமிழும் வட்டார வழக்குகளுக்கான அனைத்துக் கூறுகளையும் கொண்ட வழக்கு என்பது தெரியவரும்.

சென்னைத் தமிழின் கொச்சையை நாக்கை அதிகம் துன்புறுத்தாத எளிமைப்படுத்தலின் விளைவு என்று சொல்லலாம். கஷ்டம் – கஸ்டம், ஓடி வா – ஓடியா, வந்துகொண்டிருக்கிறான் – வந்துனுகுறா(ன்), கிழிச்சிடுவேன் – கீசிடுவேன், போயிடிச்சி – பூட்ச்சி போன்றவற்றை உதாரணங்களாகச் சுட்டலாம். கொடுத்தாயா, எடுத்தாயா, முடிச்சிட்டியா, குடிச்சிட்டியா, கிழிச்சிடு ஆகிய சொற்கள் குட்த்தியா, எட்த்தியா, முஷ்டியா, குஷ்டியா, கீசிடு என்று சென்னைத் தமிழில் எளிமைப்படுத்தப்படுகிறது. இப்படிப்பட்ட எளிமைப்படுத்தல் காரணமாகவே சென்னைத் தமிழ் கேட்டதும் 'பச்சக்' என்று ஒட்டிக்கொள்கிறது. உச்சரிப்புக்கான சிரமம் எதையும் அது ஏற்படுத்துவதில்லை.

எளிமைக்கு அடுத்தபடியாகச் சென்னைத் தமிழின் முக்கியமான அம்சம் அதன் சிக்கனம். சென்னைத் தமிழ் உணர்ச்சிகளைச் சிக்கனமாக வெளிப்படுத்துவதில் அபார ஆற்றல் வாய்ந்தது. பல்வேறு செய்திகளை உள்ளடக்கிய ரசமான தொடர்கள் சென்னைத் தமிழில் இயல்பாகப் புழங்குகின்றன.

சில உதாரணங்களைப் பாருங்கள்:

எதிராளியிடம், உன் பேச்சை நான் நயா பைசாவுக்குக்கூட மதிக்கவில்லை; உன்னோடு பேசுவதால் எனக்கு நேரம்தான்

வீணாகிறது; நீ இங்கே நிற்பதுகூட எனக்குத் தொந்தரவாக இருக்கிறது; நீ நகர்ந்தால் குறைந்தபட்சம் எனக்குக் காற்றாவது வரும் என்றெல்லாம் சொல்ல சில சமயம் நாம் விரும்பக்கூடும். 'கெலம்பு, காத்து வர்ட்டும்' என்ற ஒரே தொடரின் மூலம் இவ்வளவு செய்திகளையும் சொல்லிவிடுகிறது சென்னைத் தமிழ்.

போக்குவரத்து நெரிசலில், "இடது புறம் இடம் உள்ளதே, அந்த இடைவெளியில் வளைந்து சென்று முன்னேறலாமே" என்று நமக்கு முன்னால் இருக்கும் வண்டிக்காரரிடம் சொல்ல விரும்புவோம். இதை ஒரு ஆட்டோக்காரர் மிக எளிதாக, "லெப்ட்ல வாங்கின் போயே(ன்)" என்று சென்னைத் தமிழில் சொல்லிவிடுவார். இடது பக்கம் திருப்பு என்பதை லெப்ட்ல ஒடி என்று சொல்லும் பழக்கமும் சென்னைத் தமிழில் உண்டு.

உணர்ச்சியில் துல்லியம்

உணர்ச்சிக்கு நெருக்கமான வெளிப்பாடுகள் சென்னைத் தமிழின் வியக்கவைக்கும் ஒரு கூறு. மொழியின் ஆதாரமான பயன்பாடுகளில் ஒன்று, உணர்ச்சியை வெளிப்படுத்துதல். அந்த வகையில் பார்த்தால் சென்னைத் தமிழ் அளவுக்கு உணர்ச்சிக்கு நெருக்கமான ஒரு வழக்கைக் காண்பது அரிது. புட்டுக்கிச்சி, பூட்ட கேஸு என்பன போன்ற சொற்கள் உணர்த்தும் உணர்ச்சியைப் பிற மொழிகளில், பிற வழக்குகளில் இவ்வளவு சிக்கனமாக வெளிப்படுத்த முடியாது. ரொம்பவும் பீற்றிக்கொள்ளாதே என்பதைச் சொல்ல அமுக்கி வாசி என்று சொல்வதும் உணர்ச்சியைக் கச்சிதமாகக் காட்டும் வெளிப்பாடுதான்.

பிற மொழிகளை உள்வாங்குதல்

பிற மொழிகளை உள்வாங்கித் தன்வயப்படுத்தும் திறன் சென்னையின் மிகச் சிறப்பான அம்சங்களில் ஒன்று. கஸ்மாலம் என்ற சொல்லை எடுத்துக்கொள்வோம். வடமொழியில் உள்ள கஸ்மலம் என்ற சொல் இதன் வேர்ச் சொல். இதன் பொருள் அழுக்கு. இழிவான காரியங்களைச் செய்பவர்களைச் சென்னைத் தமிழில் கஸ்மாலம் என்று சொல்வார்கள். அதுபோலவே ஜபூர் அல்லது ஜபுரு என்று வழங்கப்படும் சொல். இதன் வேர்ச்சொல் ஜபுர் என்னும் உருதுச் சொல். பொருள் ஜால வித்தை. இது கிட்டத்தட்ட இதே பொருளின் அங்கத வடிவில் ஜபுரு காட்டாதே என்று சென்னைத் தமிழில் வழங்கிவருகிறது. ந—அஸ்தி = நாஸ்தி (ஒன்றுமில்லை) என்ற வட மொழிச் சொல் நாஸ்தி பண்ணிடுவேன் என்று சென்னைத் தமிழில் வழங்கிவருகிறது.

பேக்கு என்பது உருதுவில் இருந்து வந்ததுதான். பேவ்கூஃப் என்றால் உருது மொழியில் முட்டாள் என்று அர்த்தம். சென்னைவாசிகள் இந்த பேவ்கூஃபைத் தான் சுருக்கி பேக்கு என்று ஆக்கிவிட்டார்கள்.

இதையெல்லாம் பார்க்கும்போது சென்னைத் தமிழ் பிற மொழிகளை எப்படி நுட்பமாக உள்வாங்கியிருக்கிறது என்பது புரியும். பஜார், பேஜார், மஜா, தௌலத் போன்ற பல சொற்களை வைத்தும் இதைப் புரிந்துகொள்ளலாம்.

பிற மொழிகளிலிருந்து உள்வாங்கும் சொற்களைச் சென்னைத் தமிழ் தனக்கே உரிய விதத்தில் தகவமைத்துக்கொள்கிறது. தாராந்துட்டியா என்ற சொல்லை எடுத்துக்கொள்வோம். தாரை வார்த்தல் என்பது இந்து சமயச் சடங்கு சார்ந்த ஒரு தொடர். தன்னுடைய ஒரு பொருளைத் தன்னுடையது அல்ல என்று முற்றாகத் துறந்து பிறருக்குத் தந்துவிடும் செயலே தாரை வார்த்தல். சென்னைத் தமிழில் தாராந்துட்டியா என்றால் தொலைத்துவிட்டாயா என்று பொருள். தாரை வார்த்தல் என்னும் தொடருக்கான பொருள் அங்கதச் சுவையோடு மறு வடிவம் எடுக்கும் அழகை இங்கே காணலாம்.

உருது மொழியிலிருந்து பேஜார், கலீஜ், நாஷ்டா, டபாய், மஜா, தாஜா, பேமானி, ஜல்ஸா, டங்குவார், உடான்ஸ், உதார் ஆகிய சொற்கள் சென்னைத் தமிழில் உள்வாங்கப்பட்டிருக்கின்றன. தெலுங்கிலிருந்து நைனா, ஒத்து, காண்டு, டப்பு, புவா, கோசரம், பப்பு முதலான பல சொற்கள் சென்னைத் தமிழுக்கு வந்திருக்கின்றன. இவை மட்டுமின்றி இந்தி, மராட்டி, பார்ஸி, அரபி போன்ற மொழிகளின் சொற்களும் சென்னைத் தமிழில் சங்கமித்திருக்கின்றன.

ஆங்கிலச் சொற்கள்

அப்பீட் என்ற சொல் பம்பர விளையாட்டில் பயன்படுத்தப்படுவது. தரையில் சுற்றும் பம்பரத்தின் ஆணியைச் சாட்டையால் அணைத்து, சாட்டையைச் சுண்டிப் பம்பரத்தைத் தலைக்கு மேலே எழுப்பிப் பிடிக்கும் செயலுக்கு அப்பீட் என்று பெயர். இது அப் ஹெட் என்ற சொல்லிலிருந்து மருவிவந்தது என்ற தகவல் ஜெயகாந்தனின் ஒரு மனிதன், ஒரு வீடு, ஒரு உலகம் என்னும் நாவலில் காணக் கிடைக்கிறது. அதுபோலவே அம்பேல் என்னும் சொல் ஐ–ஆம்–ஆன்–பெயில் என்னும் தொடரின் மரூஉ என்றும் அந்த நாவல் சொல்கிறது.

இவை இரண்டுமே மூலப்பொருளுக்கு நெருக்கமான பொருளிலேயே விளையாட்டில் பயன்பட்டாலும் சென்னைத் தமிழின் நடைமுறைப் பயன்பாட்டில் வேறு பொருள்களையும் இவை தருகின்றன. கிளம்புகிறேன் (நான் அப்பீட்டு) என்றும் ஆளை விடுங்கள் (அம்பேல்) என்றும் நடைமுறையில் இவை வழங்கப்படுகின்றன.

கெத்து, செம கெத்து என்று கூறுவார்கள். கெய்ட் என்ற ஆங்கில வார்த்தைதான் கெத்து என்று மாறிவிட்டது என்று சொல்லப்படுவதுண்டு.

சென்னைத் தமிழின் ஒருசில சொல்லக்கங்களுக்குப் பின்னால் சுவையான கதைகள் உள்ளன. எடுத்துக்காட்டாக, பொறம்போக்கு என்பதும் சொல். ஆங்கிலத் தாக்கத்தால் உருவான இந்தச் சொல்லுக்குப் பின்னால் ஒரு கதை உள்ளது. 1800களில், இங்கிலாந்தில் இருந்து, பலர் தங்கள் நிலங்களை விட்டு விட்டு ஆஸ்திரேலியாவிற்குச் சென்றுவிட்டனர். லார்டு பென் புரோக் என்பவர், நிலங்களுக்கேற்ற வரி வசூலாகாததை விசாரித்து, ஆளில்லா நிலங்களை அரசு நிலமாக்க, 'பென் புரோக்' என்னும் சட்டத்தை இயற்றினார். 1820களில், சென்னை மாகாண கவர்னராக இருந்த மன்றோ, ரயத்வாரி சட்டம் மூலம், மேய்ச்சல், காடு, கல்லாங்குத்து ஆகிய இடங்களை, பென் புரோக் சட்டத்தின் அடிப்படையில் அரசுடைமை ஆக்கினார். அரசு இடங்களில் குடியேறியவர்களை, 'பென் புரோக்' என அழைத்தனர். பின் அது மருவி, புறம்போக்கு என்று ஆகி, தகுதி இல்லாத, கேட்பதற்கு ஆளில்லாதவர்களைத் திட்டும் வார்த்தையாக புறம்போக்கு ஆகிவிட்டது என்று சொல்லப்படுகிறது.

கேப்மாறி என்னும் வசைச் சொல்லுக்கும் ஒரு கதை உள்ளது. கோட்டையில் உள்ள வேலைக்காரர்களுக்கு, வேலைக்கு ஏற்பப் பல வண்ணத் தொப்பிகள் வழங்கப்பட்டு, உணவு உள்ளிட்டவை வழங்கப்பட்டன. அவர்கள் தங்களுக்குள் தொப்பிகளை மாற்றி ஏமாற்றி உதவியைப் பெறுவார்கள். 'கேப்பை (தொப்பியை) மாற்றி ஏமாற்றுபவர்களை, 'கேப் மாறி' என்றனர். ஏமாற்றுபவர்களுக்கு கேப்மாறி என்ற பெயர் வந்தது இப்படித்தான்.

வரலாற்றின் பெட்டகம்

இத்தனை மொழிகளின் தாக்கம் சென்னைத் தமிழில் இருப்பதைப் பார்க்கும்போதே இத்தனை மொழிகளுடன் அது உறவாடியிருப்பதை உணர முடியும். சென்னையிலும் அதை ஒட்டியுள்ள பகுதிகளிலும் உருது, ஆங்கிலம், தெலுங்கு,

சமஸ்கிருதம், இந்தி ஆகிய பல மொழிகள் புழங்கியிருப்பதன் அடையாளங்களைச் சென்னைத் தமிழில் காணலாம்.

சென்னைக்கு மிக அருகில் இருக்கும் ஆந்திரப் பிரதேசத்தின் தாக்கத்தைச் சென்னையின் மக்கள் தொகை விகிதாச்சாரத்தில் மட்டுமின்றி சென்னைத் தமிழின் நைனா, டப்பு, துட்டு போன்ற சொற்களிலும் (எனக்)கோசரம், (அதுக்)கோசரம் போன்ற வழக்குகளிலும் காணலாம். கோசரம் என்பது தெலுங்குச் சொல்.

காலனியாதிக்கக் காலத்தில் சென்னை ஆங்கிலேயர்களின் மிக முக்கியமான மையமாக இருந்தது. இதன் அடையாளங்களைச் சென்னையின் பல்வேறு பகுதிகளில் இன்றும் காண முடிவதுபோலவே சென்னைத் தமிழிலும் காண முடிகிறது. காலனியாதிக்கத்துக்குச் சற்று முந்தைய காலகட்டத்தில் சென்னை தெலுங்கு மன்னர்களின் ஆட்சியின் கீழ் இருந்தது. ஆங்கிலேயர்கள் இங்குக் கால் ஊன்ற முயன்றுகொண்டிருந்த சமயத்தில் ஹைதர் அலி பல முறை சென்னையின் மீது படையெடுத்து ஆங்கிலேயர்களுக்குப் பெரும் சவாலாக விளங்கிவந்தார். இதுபோன்ற நிகழ்வுகளால் சென்னையில் பல தரப்பட்ட மக்கள் வந்தனர், வாழ்ந்தனர். போர், வணிகம் முதலான காரணங்களுக்காகப் பல மொழி பேசும் மக்களின் போக்குவரத்து அதிகமாக இருந்தது. இந்த நிகழ்வுகளின் தாக்கங்கள் சென்னை மொழியில் தமிழின் வேறு எந்த வட்டார வழக்குக்கும் இல்லாத ஒரு தனித்தன்மையை – பல மொழிகள் கலந்த தன்மையை – அளித்திருக்கின்றன. ஒரு விதத்தில் சென்னையின் வரலாற்றை அறிவதற்கான ஒரு ஆதாரமாகவும் சென்னைத் தமிழ் இருக்கிறது என்று சொல்லலாம்.

எளிமை, சிக்கனம், பிறமொழிக் கலப்பு, கச்சிதமான உணர்ச்சி வெளிப்பாடு, பொருள் நுட்பம் எனப் பன்முகம் கொண்டது சென்னைத் தமிழ். இந்த அளவுக்கு வண்ண மயமான இன்னொரு வழக்கை எந்த மொழியிலும் காண்பது அரிது. ஆனால் இந்தத் தமிழைப் பெரும்பாலும் படிக்காதவர்களும் அடித்தட்டு மக்களும் பயன்படுத்தும் ஒரே காரணத்துக்காக இதை இழிவாகப் பார்க்கும், சித்தரிக்கும் போக்கு படித்த நடுத்தட்டு, மேல் தட்டு மக்கள் மத்தியில் நிலவுகிறது. விளிம்புநிலை சார்ந்த கூறுகளை இழிவாகவோ பரிகாசமாகவோ அனுதாபத்துடனோ வெறுப்புடனோ அணுகும் தட்டையானதும் அதிகார உணர்வு கொண்டதுமான மைய நீரோட்டப் பார்வை இது. இந்தப் பார்வையிலிருந்து விடுதலை பெறுபவர்களால் மட்டுமே சென்னைத் தமிழின் அழகையும் அருமையையும் உணர முடியும்.

சென்னைத் தமிழைக் குறை கூறுபவர்கள் அதன் உச்சரிப்புத் திரிபுகளையும் கொச்சையையும் சுட்டிக் காட்டுவார்கள். வலிச்சிக்குனு, இஸ்துக்கினு, புட்ச்சிக்குனு, மெர்சலாயிட்டா(ன்) முதலான பல சொற்களை விசித்திரமான முறையில் சொல்லிக்காட்டுவார்கள். இந்தக் குறைகளைக் கூறுபவர்கள் வட்டார வழக்கின் அடிப்படை அம்சங்களில் ஒன்று அதன் உச்சரிப்புத் திரிபு என்பதை வசதியாக மறந்துவிடுகிறார்கள். திரிபு என்பது எல்லா வழக்குகளுக்கும் பொதுவானது. சளி பிடித்திருக்கிறது என்பதைச் சளி பிடிச்சிக்கிடிச்சி, தடுமம் பிடிச்சிரிக்கி, சளி பிடிச்சிண்ட்ருக்கு என்றெல்லாம் சொல்வது வட்டார / சாதி வழக்காக அங்கீகாரம் பெறும் என்றால் ஜல்ப்பு (ஜலதோஷம்) புட்ச்சிக்கிச்சு என்று சென்னைவாசி சொல்வதை மட்டும் எப்படி இழி வழக்காக ஒதுக்க முடியும்?

கிளம்பிவிட்டார்கள் என்பதைக் கிளம்பிட்டாய்ங்க என்று சொல்வதில் ரசம் இருக்கிறது என்று கருதுபவர்கள் கெலம்பிட்டாங்க என்று சொல்வதில் மட்டும் ஏன் ரசக் குறைவைக் காண வேண்டும்? கஷ்டம் என்பதை கஸ்டம் என்று சென்னைத் தமிழர் சொல்லும்போது சிரிப்பவர்கள் சிவாஜி என்பதை ஜிவாஜி என்று நெல்லைத் தமிழர் சொல்லும்போதும் சிரிக்க வேண்டியதுதானே.

தமிழ் என்பதைத் தமில் என்று உச்சரிக்கும் தமிழர்கள் எண்ணிக்கை குறைந்தது ஒரு கோடியைத் தாண்டும். கழுதையைக் கய்தே என்று சென்னைத் தமிழர் சொல்கிறார் என்றால் களுத என்று சொல்லும் பிற வட்டாரத் தமிழரும் இருக்கிறார். இந்நிலையில் சென்னைத் தமிழின் கொச்சையை மட்டும் பிரத்யேகப் பரிகசிப்புக்கும் இழிவுக்கும் உள்ளாக்குவது என்ன நியாயம்?

இதுபோலப் பல கேள்விகளை எழுப்பலாம். ஆனால் வேறுபாடுகள் சார்ந்து கட்சி கட்டிக்கொண்டு லாவணி பாடுவதால் மொழிக்கு எந்தப் பலனும் விளையப் போவதில்லை. எல்லா வட்டார வழக்குகளுக்கும், பல்வேறு வட்டாரங்களில் இருக்கும் தமிழர்களுக்கும் இருக்கும் பொதுவான சில பிரச்சினைகள் சென்னைவாசிகளுக்கும் சென்னைத் தமிழ் வழக்கிற்கும் இருக்கத்தான் செய்யும். இந்தப் பிரச்சினைகளை மட்டும் வைத்துக்கொண்டு சென்னைத் தமிழை இழி வழக்காகக் காண முடியாது என்பதை உணர வேண்டும்.

செந்தமிழின் தாக்கம்

பிற மொழிகளின் தாக்கத்தைப் போலவே தமிழில் செந்தமிழின் தாக்கமும் இருக்கிறது. சென்னைத் தமிழில் வழங்கிவரும் குந்து என்னும் சொல்லைக் கொச்சை வழக்காகக் கருதிப் பலரும் அதைத் தவிர்த்துவிட்டு உட்காருதல் என்னும் சொல்லைப் பயன்படுத்துகிறார்கள். ஆனால் குந்துதல் என்பது உட்காருதல், அமர்தல் என்பதைப் போலவே முறைசார் தமிழ்ச் சொல்தான். குந்தித் தின்றால் குன்றும் மாளும் என்னும் பழமொழியிலிருந்து இதை அறியலாம்.

சென்னைத் தமிழில் உள்ள துன்னு என்பதும் சிலருக்கு ஒவ்வாத சொல்தான். தின்னுதல் என்னும் சொல்லின் கொச்சை வடிவம் இது. சாப்பிடுதல் உட்கொள்ளுதல் என்பவற்றைப் போலவே தின்னுதல் என்பதும் முறைசார் தமிழில் உள்ள சொல்தான். குந்தித் தின்றால் குன்றும் மாளும் என்னும் பழமொழியில் உள்ள தின்றால் என்பதைக் கவனித்தால் இது புரியும். பாரதியின் தேடிச் சோறு நிதம் தின்று என்னும் பாடலில் உள்ள தின்று என்னும் சொல்லைக் கவனித்தாலும் புரியும். தீராத விளையாட்டுப் பிள்ளை என்னும் பாடலில் வரும் தின்னப் பழம் கொண்டு தருவான் என்னும் வரியிலும் இதைக் காணலாம்.

சென்னைத் தமிழில் வழங்கப்படும் சோறு, சோத்துக்கு என்னும் சொற்களையும் அநாகரிகமான கொச்சைச் சொற்களாகப் பலரும் கருதுகிறார்கள். பொது இடங்களில் சோறு என்று சொல்வதைப் பெருமளவில் தவிர்த்துவிட்டு சாதம் என்னும் வடமொழிச் சொல்லையோ அல்லது ரைஸ் என்னும் ஆங்கிலச் சொல்லையோ பயன்படுத்துகிறார்கள். செஞ்சோற்றுக் கடன், சோழநாடு சோறுடைத்து, வெறும் சோற்றுக்கா வந்ததிந்தப் பஞ்சம் என்பன போன்ற தொடர்களைக் கவனித்தால் சோறு என்பது முறைசார்ந்த தூய தமிழ்ச் சொல் என்பதை உணரலாம்.

அருகில் எனப் பொருள்படும் 'அண்டை' என்னும் வார்த்தை சென்னைப் பேச்சு வழக்கில்தான் இன்னமும் இருக்கிறது. உதாரணம்: வூட்டாண்ட, கடையாண்ட.

சமூக மதிப்பும் மொழியின் மதிப்பும்

சமூக மதிப்பின் அடிப்படையிலும் சென்னைத் தமிழின் இடத்தை அணுகிப் பார்க்க வேண்டும். ஒரு மொழி அல்லது வட்டார வழக்கைப் பேசும் மக்களின் வாழ்நிலையே அந்த

மொழியின் அந்தஸ்தைத் தீர்மானிக்கும் காரணியாகப் பெரிதும் அமைந்துவிடுகிறது. பொதுப்புத்தியின் இந்த அணுகு முறையையே அறிவாளர்களில் சிலரும் கைக்கொள்வது வருந்தத்தக்கது. சென்னைத் தமிழைப் பேசும் பலரது வாழ்நிலையை, பொருளாதார வலிமையை, சமூக அந்தஸ்தை அடிப்படையாகக் கொண்டு சென்னைட் தமிழைப் பலரும் மதிப்பிடுகிறார்கள். அதாவது, அந்த மக்களை இழிவாகக் கருதுவதுபோலவே அந்த மொழியையும் இழிவாகக் கருதுகிறார்கள். இது அப்பட்டமான மேட்டுக்குடிப் பார்வை. பாணா காத்தாடி படத்துக்கான விமர்சனத்தில் சென்னைத் தமிழைக் கூவத்துடன் ஒப்பிட்ட பார்வைதான் பொதுப்புத்தியின் பார்வையாகவும் இருக்கிறது.

கொச்சை வழக்கைப் பார்க்கும் விதத்திலும் சாதிய, வர்க்கச் சமன்பாடுகள் தொழிற்படுகின்றன. சென்னையில் வசித்த ஆங்கிலேயர்கள் திருவல்லிக்கேணி என்று சொல்ல முடியாமல் ட்ரிப்ளிக்கேன் என்றார்கள். பூவிருந்தவல்லியைப் பூனமல்லி என்றார்கள். கீழ்ப்பாக்கம், கில்ப்பாக், தரங்கம்பாடி ட்ராங்குபார், திருச்சி ட்ரிச்சி, தஞ்சாவூர் டாஞ்சூர் என்று பல விதமாகத் தமிழ்ப் பெயர்களைத் திரித்து உச்சரித்தார்கள். இன்று பச்சைத் தமிழர்கள் பலரும் ட்ரிப்பிளிகேன், ட்ரிச்சி, கில்பாக் என்றெல்லாம் சொல்வதைக் கேட்கிறோம். ஆளும் வர்க்கத்தினரின் கொச்சைக்கு மட்டும் எப்படிப்பட்ட அங்கீகாரம் கிடைக்கிறது என்பதற்கான உதாரணம் இது. ஆங்கிலேயர்களை அடுத்துத் தமிழகத்தை ஆட்சிசெய்த அனைவரும் பொதுத் தமிழ் என்று கூறப்படும் தமிழில் உரையாடினார்கள். மேடைகளில் முறையான இலக்கண சுத்தமான தமிழைப் பேசினார்கள். அவர்களில் ஒருவரேனும் வட்டார வழக்கில், குறிப்பாகச் சென்னைத் தமிழில் பேசியிருந்தால் சென்னைத் தமிழுக்கும் பெரிய அங்கீகாரம் கிடைத்திருக்கும். மொழிக்கும் அம்மொழியைப் பேசுபவர்களின் சமூக அந்தஸ்துக்கும் இடையே உள்ள தொடர்பு அத்தகையது.

சென்னைத் தமிழில் சகஜமாகப் புழங்கிவரும் வசைச் சொற்களை வைத்து அதை இழிவாகப் பார்க்கும் போக்கும் உள்ளது. எல்லா மொழிகளிலும் எல்லா வட்டார வழக்குகளிலும் 'கெட்ட' வார்த்தைகள் உள்ளன. அந்தச் சொற்களை அந்த வட்டாரத்தைச் சேர்ந்த எல்லோரும் பயன்படுத்துவதில்லை. பயன்படுத்துபவர்களும் எல்லாச் சமயங்களிலும் பயன்படுத்து வதில்லை. இந்தச் சொற்களை வைத்து எந்த மொழியையும் வழக்கையும் யாரும் இழிவுபடுத்துவதில்லை. வக்காளி அல்லது ஒக்காளி என்ற பாலியல் சார் வசைச் சொல்லை ரசமான திரிபாகக்

காண்பவர்கள் சென்னைத் தமிழின் வசைச் சொல்லுக்கு மட்டும் வேறு அளவுகோல்களைப் போடுகிறார்கள்.

மொழியின் தன்மைகள் இடம், தொழில், சாதி வரலாறு ஆகிய காரணங்களால் மாறுவது மிக இயல்பானது. வெகுமக்கள் பண்பாடு, பழக்க வழக்கங்கள், மொழிக் கூறுகள் ஆகியவற்றில் உள்ள வேறுபாடுகள் பல்வேறு கோணங்களில் ஆராயப்பட வேண்டியவை. இதில் உயர்வு, தாழ்வு காண்பது மேட்டிமைவாதம். அந்த மேட்டிமைத்தனத்தைக் கைவிட்டு, சென்னைத் தமிழை முறையாக அணுகு வதற்கான பார்வையை வளர்த்துக்கொள்வதே மொழியின் மீதான அக்கறையை வெளிப்படுத்தும்.

திரைப்படங்களின் 'பங்களிப்பு'

சென்னைத் தமிழ் மற்ற வட்டாரத் தமிழ்களைப் போலவே திரைப்படங்களில் முக்கிய இடம் பிடித்திருக்கிறது. ஆனால், அது பெரும்பாலும் பரிகாசத்துக்கு உள்ளாகும் அல்லது நகைச்சுவைக்காகப் பயன்படுத்தப்படும். பெரும்பாலும் நகைச்சுவைப் பாத்திரங்கள்தாம் சென்னைத் தமிழ் பேசும். அல்லது படத்தில் சென்னையின் அடித்தட்டு மக்களாக வரும் பாத்திரங்கள் பேசுவார்கள். இவர்கள் யாரும் கதாநாயகனாகவோ கதாநாயகியாகவோ இருக்க மாட்டார்கள். அவர்கள் பொதுத் தமிழ் பேசுவார்கள் அல்லது இதர வட்டார வழக்குகளைப் பேசுவார்கள். சென்னைத் தமிழ் என்பது நகைச்சுவை நடிகர்களுக்கும் உதிரிப் பாத்திரங்களுக்கும் ஒதுக்கப்பட்ட மொழி. சந்திரபாபு, சோ முதல் லூஸ் மோகன், சென்ராயன்வரை இதற்குப் பல எடுத்துக்காட்டுகளைக் கூறலாம்.

கமல் ஹாசன் சென்னைத் தமிழில் பேசி நடித்திருக்கிறாரே, அவர் படங்களில் நாயகனே சென்னைத் தமிழில் பேசுகிறாரே என்று கேட்கலாம். நகைச்சுவைப் படங்களில் மட்டுமே அவர் சென்னைத் தமிழ் பேசுவார். சீரியஸான படங்களில் பொதுத் தமிழையே பேசுவார். சென்னைத் தமிழ் அவருடைய நகைச்சுவைப் படங்களின் சுவையைக் கூட்ட உதவும். அவ்வளவுதான். இப்படி நகைச்சுவைக்கு மட்டுமே ஒரு வட்டார வழக்கைப் பயன்படுத்துவதும் அதை இழிவுபடுத்தும் மேட்டுக்குடி மனப்பான்மைதான்.

புத்தாயிரத்தின் இயக்குநர்களான வெற்றிமாறன், பா. இரஞ்சித் போன்றவர்களும் நடிகர்களான தனுஷ், விஜய் சேதுபதி போன்றவர்களும் இத்தகைய வகைமாதிரித் தன்மையை மாற்றிவருகிறார்கள். சென்னைத் தமிழுக்கு இவர்கள் படங்களில்

மைய இடம் கிடைக்கிறது. நகைச்சுவைக்காக அதை இவர்கள் பயன்படுத்துவதில்லை.

வட்டார வழக்குகள் ஒரு மொழியின் உயிர்ப்பை உணர்த்தும் அடையாளங்கள். மதுரைத் தமிழ், கொங்கு தமிழ், கரிசல் தமிழ், நாஞ்சில் தமிழ், ஈழத் தமிழ் போல சென்னைத் தமிழும் ஒரு வட்டார வழக்குதான். எல்லா வட்டார வழக்குகளையும் போலவே பல்வேறு இயல்பான காரணிகளால் உருவாகி, தொடர்ந்த பயன்பாட்டினால் உருமாறிவரும் ஒரு வழக்கு அது.

தமிழ் இன்றளவிலும் வாழ்வது அதன் செவ்வியல் தன்மையால் அல்ல. மக்களிடையே பேசப்படும், அன்றாடம் புதிது புதிதாய் மாற்றம் கொள்ளும் தன்மையைக் கொண்டிருப்பதால்தான். மேடைகளில் முழங்கப்படும் தமிழ் மட்டும்தான் தமிழ் என்று ஆகிவிட்டால் என்ன ஆவது என்று நினைத்துப்பார்க்கவே பயமாக இருக்கிறது. வட்டார வழக்குகள் இன்றித் தமிழ் மொழி தன் வண்ணங்களையும் உயிர்ப்பையும் இழந்து காட்சியளிக்கும் என்பதில் சந்தேகமில்லை.

•

50